మక్తుబ్

మక్తూబ్

పాలో కొయిలో

తెలుగు అనువాదం : ఆకెళ్ళ శివప్రసాద్

MANJUL
మంజుల్ పబ్లిషింగ్ హౌస్

First published in India by

MANJUL

Manjul Publishing House

Corporate and Editorial Office

• 2nd Floor, Usha Preet Complex, 42 Malviya Nagar, Bhopal 462 003 – India

Sales and Marketing Office

• C-16, Sector 3, Noida, Uttar Pradesh 201301 – India
Website: www.manjulindia.com

Distribution Centres

Ahmedabad, Bengaluru, Bhopal, Kolkata, Chennai,
Hyderabad, Mumbai, New Delhi, Pune

Telugu translation of *Maktub* by *Paulo Coelho*

This edition was published by arrangements with Sant Jordi Asociados Agencia Literaria S.L.U., Barcelona, Spain
www.santjordi-asociados.com
http://paulocoelhoblog.com

This edition first published in 2024

ISBN 978-93-5543-656-6

Jacket design by Jim Tierney
Author photograph © Xavier González

Telugu translation: Akella Sivaprasad

Printed and bound in India by Thomson Press (India) Ltd.

మేరి, ఏ పాపం చేయకుండా గర్భం దాల్చిన,
నిన్ను ఆశ్రయిస్తున్న మా కోసం ప్రార్థించు. అమెన్

నహా చికా, పాట్రిసియా కాసే, ఎడిన్హో,
అల్బినో లీట్ నెటోల కోసం

తండ్రీ, భూమ్యాకాశాల ప్రభువా, ఈ విషయాలను తెలివి గలవారు,
వివేకవంతుల నుండి దాచిపెట్టి, పసిపిల్లలకు బహిర్గతం చేసినందుకు
నీకు కృతజ్ఞతలు తెలుపుతున్నాను.

లూకా 10:21, కెజెవి

మనం ప్రారంభించేముందు

మక్తుబ్ సలహాలు ఇచ్చే పుస్తకం కాదు. ఇది అనుభవాల మార్పిడి.

పదకొండు సంవత్సరాలుగా పరిచయమున్న మా గురువుగారి బోధనలు ఇందులో ఎక్కువ భాగం ఉన్నాయి. ఇతర కథలను స్నేహితులు, కేవలం ఒకసారి మాత్రమే నేను కలిసిన వ్యక్తులు చెప్పారు. ఒక్కసారి కలిసినా నాకు మరచిపోలేని సందేశాన్ని ఇచ్చారు. చివరగా, నేను చదివిన పుస్తకాలు, జెసూట్ ఆంథోనీ డి మెల్లో చెప్పినట్లుగా–మానవ జాతి ఆధ్యాత్మిక వారసత్వానికి చెందిన కథలు ఉన్నాయి.

ఫోల్హా డి సావో పాలో కలర్ సప్లిమెంట్ ఎడిటర్ అల్సినో లీట్ నెటో చేసిన ఫోన్ కాల్ తో మక్తుబ్ శ్రీకారంచుట్టుకుంది. అప్పుడు నేను అమెరికాలో ఉన్నాను. ఏమి రాయాలనే దాని గురించి స్పష్టమైన అవగాహన లేకుండా రోజువారీ కాలమ్ కోసం అతని ప్రతిపాదనకు అంగీకరించాను. అయితే, ఈ సవాలును ఉత్తేజకరంగా భావించి, ముందుకు సాగాలని నిర్ణయించుకున్నాను. అన్నింటికీ మించి, జీవించడం అంటే రిస్క్ తీసుకోవడమే.

ఆ తర్వాత, ఎంత పని ఉందో నాకుఅర్థమైనప్పుడు, దాదాపు వదిలి పెట్టాననే చెప్పాలి. నా పుస్తకాల ప్రచారం కోసం తరచూ విదేశాలకు వెళ్లడంతో, డైలీ కాలమ్ నిజంగా, భారంగా అనిపించింది. అయితే,

అన్ని సంకేతాలు అంగీకరించిన ప్రతిపాదనను అమలు చేయమని చెబుతున్నాయి. ఒక పాఠకుని నుండి వచ్చిన లేఖ, ఒక స్నేహితుడు చేసిన వ్యాఖ్య, ఒకామె తన పర్సులో ఉంచుకున్న క్లిప్పింగులు ఎవరో నాకు చూపించారు. క్రమంగా, నేను వ్రాసేది మరింత ఆబ్జెక్టివ్‌గా, సూటిగా ఎలా ఉండాలో నేర్చుకున్నాను. చాలా సార్లు పునశ్చరణ చేయవలసి వచ్చింది. ఎన్నోసార్లు వాయిదా వేసుకున్నాను. కానీ ఈ కథలను పునఃపరిశీలించడం నాకు ఎంతో ఆనందాన్ని ఇచ్చింది. మా గురువుగారి మాటలను మరింత జాగ్రత్తగా పరిశీలించడం మొదలుపెట్టాను.

మక్తుబ్ రాసే క్రమంలో నా చుట్టూ జరుగుతున్న ప్రతిదాన్ని మరొక కోణంలో చూడటం ప్రారంభించాను. ఇవన్నీ నాకు ఎంతో సుసంపన్నంగా అనిపించాయి, ఈ రోజు, అప్పట్లో ప్రతిరోజు పని చేసినందుకు ధన్యత చేకూరినట్టు అనిపించింది. ఈ పుస్తకం కోసం 1993 జూన్ 10 నుంచి 1994 జూన్ 11 వరకు ఫోల్హా డి సావో పాలోలో ప్రచురితమైన కథలను ఎంచుకున్నాను. మరికొన్నికథలు, వారియర్ ఆఫ్ ది లైట్‌లో ప్రచురితమయ్యాయి, మక్తుబ్, వారియర్ ఆఫ్ లైట్ ఈ రెండింటినీ ఆల్కెమిస్ట్‌కు అనుబంధాలుగా చదవవచ్చు. ఆంథోనీ డి మెల్లో తన కథల పుస్తకాలలో ఒకదాని ముందుమాటలో రచయిత పాత్ర గురించి ఇలా చెప్పాడు: "అతను పని చేసే చేనేత కార్మికుడు, రంగులద్దేవాడు, పత్తిని, దారాన్ని ఏ మాత్రం తనవిగా చెప్పుకోడు. నేనూ అంతే.

పాలో కొయిలో

పాలో కొయిలో

ఒక బాటసారి ఒక గ్రామం మధ్యలో కూర్చొని ఎదురుగా ఉన్న నిరాడంబరమైన ఇంటిని చూస్తున్నాడు. ఇంతకు ముందు స్నేహితులతో కలిసి అతను అక్కడకు వెళ్లాడు. అప్పుడు అతను ఆ ఇంటి శైలికి, చాలా కాలం క్రితం అక్కడ నివసించినా, ఎంతోకాలంగా ఆ ప్రదేశంలో ఎప్పుడూ అడుగు పెట్టని కాటలాన్ వాస్తుశిల్పి శైలికి, మధ్య సారూప్యతను మాత్రమే గమనించాడు. రియో డి జనీరో లోని కాబో ఫ్రియోకు దగ్గరగా ఉన్న ఆ ఇల్లు పూర్తిగా నిరుపయోగమైన శకలాలతో నిర్మించబడింది. 1899లో, దాని యజమాని గాబ్రియేల్ కు ఒక కల వచ్చింది, ఆ కలలో ఒక దేవదూత అతనితో "శకలాలతో ఒక ఇంటిని నిర్మించు." అన్నాడు. గాబ్రియేల్ పగిలిన టైల్స్, ప్లేట్లు, ఆభరణాలు, విరిగిన కుండ పెంకులను సేకరించడం ప్రారంభించాడు. "ప్రతి శకలం అందంగా రూపాంతరం చెందింది" అని గాబ్రియేల్ తన పని గురించి వివరిస్తూ చెప్పాడు.

మొదటి నలభై సంవత్సరాలు, స్థానికులు అతను పిచ్చివాడనుకున్నారు, కాని కొంతమంది పర్యాటకులు ఆ ఇంటిగురించి తెలుసుకుని వారి స్నేహితులను తీసుకురావడం ప్రారంభించినప్పుడు, గాబ్రియేల్ మేధావి గా పరిగణింపబడ్డాడు. అయితే అది కూడా ఎంతో కాలం నిలవలేదు. గాబ్రియేల్ మరోసారి అజ్ఞాతంలోకి నెట్టబడ్డాడు. అయినప్పటికీ, అతను తన ఇంటిని నిర్మించడం మానలేదు. అలా నిర్మాణం కొనసాగించి తన తొంభై మూడు సంవత్సరాల వయస్సులో, ఆ ఇంటి నిర్మాణంలో చివరి గాజు ముక్కను ఉంచి మరణించాడు.

ఒక యాత్రికుడు సిగరెట్ వెలిగించి నిశ్శబ్దంగా ధూమపానం చేస్తున్నాడు. ఈ రోజు, అతను గాబ్రియేల్ ఇల్లు, ఆంటోనీ గౌడి వాస్తుశిల్పం మధ్య

సారూప్యత గురించి ఆలోచించడం లేదు. అతను తన ఉనికిని ప్రతిబింబిస్తున్న ఆ శకలాలన్నింటినీ చూస్తూ, తనలాగే ప్రతి ఒక్కరు ఇలా శకలాలతో తయారైనవారే నని, అయితే, ఒక నిర్దిష్ట బిందువు వద్ద, ఆ శకలాలు ఆకృతి చెందడం ప్రారంభిస్తాయి అని అనుకుంటున్నాడు.

అక్కడికి వచ్చిన యాత్రికుడు తన చేతిలో ఉన్న కాగితాలను చదువుతూ తన గత జీవితాన్ని కొద్దిగా గుర్తు చేసు కుంటున్నాడు. అవి అతని జీవిత శకలాలే. ఆయన అనుభవాలు, పుస్తకాల్లోని మరపురాని భాగాలు, తన గురువు బోధలు, స్నేహితులు లేదా ఇతరులు ఆయనకు చెప్పిన కథలు, తన జీవిస్తున్న కాలంలో తన తరం కలలకు ప్రతిబింబాలు.

ఒక దేవదూత తనను సందర్శించాడని కలలు కన్న వ్యక్తి, ఆ తర్వాత యాత్రికుడు చూస్తున్న ఇంటిని నిర్మించాడని తెలుసుకుని, అతను కూడా తన ఆధ్యాత్మిక నిర్మాణాన్ని అర్థం చేసుకోవడానికి తన చేతిలో వున్న కాగితాలని, తన జ్ఞాపకాలని క్రమపద్ధతిలో పెట్టుకోవడానికి ప్రయత్నిస్తున్నాడు. చిన్నతనంలో 'మాల్బా తహాన్' రాసిన 'మక్తుబ్' అనే పుస్తకాన్ని చదివినట్లు గుర్తుకొచ్చి, "బహుశా నేనూ అలాగే చెయ్యాలి" అని అనుకున్నాడు.

గురువుగారు ఇలా అన్నారు

సమయం ఆసన్నమైందని మనకు అర్థమయ్యాక, అప్పటివరకు మన వైఫల్యాలన్నీ చూపించే ఒక దృశ్యమాలికని మనకు తెలియకుండానే తిరిగి చూడడం ప్రారంభిస్తాం.

వాస్తవానికి, మనం పెద్దయ్యాక, క్లిష్టమైన పరిస్థితులు ఎక్కువగా ఎదురవుతాయి, అయితే, అదే సమయంలో, ఆ పరిస్థితులను అధిగమించి, ముందుకు సాగడానికి, అనుకూలమైన మార్గాన్ని కనుగొనడానికి, మన అనుభవం మనకు దారులను చూపిస్తుంది. దాన్ని మన మెంటల్ వీడియోలోకి చేర్చుకోవాలి. కేవలం మన వైఫల్యాల వీడియో చూసి అచేతనులమైతే ఏమాత్రం కార్యోన్ముఖులం కాలేము. అలాగని మన విజయాల వీడియోను మాత్రమే చూస్తే, మనం నిజంగా ఉన్నదానికంటే చాలా తెలివైనవాళ్లమని భావించే అవకాశం లేకపోలేదు కాబట్టి మనం రెండు వీడియోలు చూడాలి.

ఒక గొంగళి పురుగును ఊహించుకోండి. అది తన జీవితంలో ఎక్కువ భాగం పక్షులను చూస్తూ, నేలపై గడుపుతుంది, తన తలరాతని, తన రూపాన్నితలుచుకుని కోపంతో ఉంటుంది. "జీవులలో నేను అత్యంత హేయమైన జీవిని, వికృతంగా, అసహ్యంగా, భూమ్మీద పాకడానికి సృష్టించబడ్డాను." అనుకుంటుంది. "అయితే, ఒక రోజు, ప్రకృతి దానిని ఓగూడును తయారు చేయమని అడుగుతుంది. గొంగళి పురుగు చాలా జాగ్రత్తగా చేస్తుంది. అది ఇంతకు ముందెన్నడూ గూడును తయారు చేయలేదు. తన సమాధిని తానే కట్టుకుంటున్నానని భావించి చనిపోవడానికి సిద్ధపడుతుంది. ఇంతవరకు తాను గడిపిన జీవితం పట్ల కోపంతో, మళ్ళీ దేవునికి ఇలా ఫిర్యాదు చేస్తుంది: "చివరికి నేను నేనుగా ఉండటానికి అలవాటు పడినప్పుడు, నా వద్ద ఉన్న దాన్ని కూడా మీరు లాక్కుంటున్నారు" అని గూడులో మూగబోయి నిరాశతో తన ముగింపు కోసం ఎదురు చూస్తూ ఉంటుంది.

అయితే, కొన్ని రోజుల తరువాత, తను అందమైన సీతాకోకచిలుకగా రూపాంతరం చెందానని తెలుసుకుంటుంది. గాల్లో ఎగురుతూ మనుష్యుల మన్ననలు పొందుతుంది. జీవితం తనను ఏ దిశలో నడిపించిందో తలుచుకుని దేవుని ఆలోచనలు చూసి ఆశ్చర్యపోతుంది.

పాలో కొయిలో

ఒక అపరిచితుడు సెటిస్ మఠాధిపతిని చూడటానికి వెళ్ళాడు. "నేను మంచి జీవితాన్ని గడపాలనుకుంటున్నాను, కానీ పాపపు విషయాల గురించి ఆలోచించకుండా ఉండలేను" అని చెప్పాడు. బయట గాలులు వీస్తుండటాన్ని గమనించిన మఠాధిపతి అపరిచితుడితో ఇలా అన్నాడు: "ఇక్కడ చాలా వేడిగా ఉంది. ఆ గాలి ముక్కను పట్టుకుని ఇక్కడికి తీసుకువచ్చి గదిని చల్లబరచగలరా?"

"అది అసాధ్యం" అన్నాడు అపరిచితుడు. "దేవునికి హాని కలిగించే విషయాల గురించి ఆలోచించడం మానడం కూడా అంతే అసాధ్యం" అన్నాడు మఠాధిపతి. "కానీ మీరు ప్రలోభాలకు లొంగకుండా ఉండగలిగితే, అవి మీకు ఎటువంటి ఇబ్బంది కలిగించవు" అన్నాడు.

గురువుగారు ఇలా అన్నారు

ఎప్పుడు ఏ నిర్ణయం తీసుకోవాలన్నా, దాని పర్యవసానాలను అంగీకరించి ముందుకు సాగడం ఉత్తమం. ఆ పర్యవసానాలు ఎలా ఉంటాయో ముందుగానే చెప్పలేం. భవిష్యవాణి అనేది మానవాళికి సలహా ఇవ్వడానికి ఉద్దేశించబడిందే కానీ భవిష్యత్తును ఊహించడానికి కాదు. భవిష్యవాణి ఒక అద్భుతమైన సలహాదారు, అదేవిధంగా భయంకరమైన ప్రవక్త కూడా. యేసు మనకు బోధించిన ప్రార్థనలో ఇలా చెప్పాడు: "నీ కార్యము నెరవేరును." అది మనకు ఏదైనా సమస్యను కలుగచేసినప్పుడల్లా, దానితోపాటు పరిష్కారాన్ని కూడా తీసుకువస్తుంది. భవిష్యవాణి భవిష్యత్తును చూడటంలో విజయవంతమైనట్లయితే, ప్రతి దైవికుడు ధనవంతుడిగా, వివాహితుడిగా, సంతృప్తితో జీవించేవాడు.

ఒక శిష్యుడు తన గురువును చూడటానికి వెళ్ళాడు.

ఎన్నో ఏళ్లుగా తాను జ్ఞానోదయం కోసం ప్రయత్నిస్తున్నానని, దానికి చాలా దగ్గరగా చేరాననిభావిస్తున్నానని, ఇప్పుడు ఏంచేయాలో తెలుసుకోవాలనుకుంటున్నానని అడిగాడు.

“ఎలా జీవిస్తున్నావ్? అడిగాడు గురువు.

“నేను జీవనోపాధి కోసం సంపాదించాల్సిన అవసరం లేదు, ఎందుకంటే మా అమ్మ, నాన్న నాకు అనునిత్యం తోడుగా ఉన్నారు...”

“అయితే మీరు తర్వాత చేయాల్సిన పని సూర్యుణ్ణి అర నిమిషం చూడటం” అన్నాడు గురువు.

శిష్యుడు గురువు మాట శిరసావహించాడు.

తను చెప్పినట్లు చేసిన తర్వాత, గురువు తన చుట్టూ ఉన్న గ్రామీణ ప్రాంతాలను గురించి వివరించమని అడిగారు.

“నేను ఏమీ చూడలేకపోయాను, ఎందుకంటే సూర్యుడు నన్ను గుడ్డివాడ్ని చేశాడు” అన్నాడు శిష్యుడు.

కేవలం వెలుగును మాత్రమే వెతుక్కుంటూ తన బాధ్యతలన్నీ ఇతరులకు అప్పగించే మనిషికి జ్ఞానోదయం లభించదు. సూర్యుని మీదే కళ్ళు నిలుపుకునే మనిషి అంధుడు అవుతాడు” అన్నాడు గురువు.

ఒక వ్యక్తి పైరెనీస్ లోని ఒక లోయలో నడుచుకుంటూ వెళ్తుండగా ఒక ముసలి గొర్రెల కాపరి కలిసాడు. తన ఆహారాన్ని అతనితో పంచుకున్నాడు, వాళ్ళిద్దరూ జీవితం గురించి చాలాసేపు మాట్లాడుకున్నారు.

తాను దేవుణ్ణి విశ్వసిస్తే, తనకు స్వేచ్ఛ లేదని కూడా నమ్మాల్సి ఉంటుందని, ఎందుకంటే దేవుడు తన ప్రతి విషయాన్ని శాసించి పరిపాలిస్తాడని ఆ వ్యక్తి చెప్పాడు. గొర్రెల కాపరి అతన్ని ఒక పర్వత కనుమ వద్దకు తీసుకువెళ్ళాడు, అక్కడ చేసిన ప్రతి శబ్దం పూర్తిగా స్పష్టమైన ప్రతిధ్వని రూపంలో వారికి తిరిగి వినిపించింది. "జీవితం ఈ పర్వత కనుమ గోడల వంటిది, విధి గురించే ప్రతి ఒక్కరి వాదన, వేదన" అన్నాడు గొర్రెల కాపరి. "మనం ఏది చేసినా అది దేవుని హృదయం వరకు వెళ్ళి తిరిగి దయ రూపంలో మన వద్దకు వస్తుంది. భగవంతుడు మన చర్యలకు ప్రతిధ్వనిగా వ్యవహరిస్తాడు".

మక్తుబ్ అంటే "వ్రాయబడింది" అని అర్థం. అయితే, అరబిక్ మాట్లాడేవారికి, ఇది ఉత్తమ అనువాదం కాదు, ఎందుకంటే, ప్రతిదీ ఇప్పటికే వ్రాయబడినప్పటికీ, దేవుడు కరుణామయుడు, మనకు సహాయపడటానికి తన కలాన్ని, సిరాను ఉపయోగిస్తాడు. యాత్రికుడు న్యూయార్క్‌లో ఉన్నాడు. అపాయింట్ మెంట్ ఉన్నా ఆలస్యంగా నిద్రలేచిన అతను వీధిలోకి వెళ్ళినప్పుడు, అతని కారును పోలీసులు పక్కకి తోసేసినట్లు గ్రహించాడు.

దానివల్ల తన సమావేశానికి ఆలస్యంగా వెళ్లాడు. అవసరానికి మించి ఎక్కువసేపు భోజనం చేశాడు. పోలీసులు కారు విషయంలో వేసేజరిమానా గురించి ఆందోళన చెందుతున్నాడు. జరిమానావల్ల చాలా నష్టం వస్తుంది. అకస్మాత్తుగా, అతనికి ముందు రోజు దొరికిన డాలర్ గుర్తుకు వచ్చింది. ఆ డాలర్‌కు, ఆ రోజు ఉదయం జరిగిన దానికి మధ్య ఒక అర్థం లేని సంబంధం అంటగట్టాడు.

"బహుశా ఆ డాలర్ ఎవరికి చెందాలో ఆ వ్యక్తికి దొరకక ముందే నేను దాన్ని తీసుకున్నాను కాబోలు. నిజంగా అది ఎవరిదో వారికి దక్కకుండా చేశాను" అనుకుని, దానిని వదిలించుకోవాలనుకున్నాడు. అప్పుడే, అతనికి ఫుట్ పాత్ మీద కూర్చున్న ఒక బిచ్చగాడు కనిపించాడు. వెంటనే ఆ డాలర్ ని బిచ్చగాడు కిచ్చాడు. "ఒక్క క్షణం" అన్నాడు బిచ్చగాడు. "నేనొక కవిని, ఒక కవితను నీకు ప్రతిఫలంగా ఇవ్వాలనుకుంటున్నాను."

"నేను చాలా హడావుడిలో ఉన్నాను కాబట్టి, చిన్న కవితను చదవండి" దానికి జవాబుగా బిచ్చగాడు ఇలా అన్నాడు: "మీరు జీవిస్తున్నా, మీ గమ్యానికి ఇంకా చేరుకోలేదు".

మక్తుబ్

శిష్యుడు తన గురువుతో ఇలా అన్నాడు: "నేను ఆలోచించకూడని విషయాల గురించి ఆలోచిస్తూ, కోరుకోకూడని విషయాలను కోరుకుంటూ, చేయకూడని ప్రణాళికలను రూపొందించడంలో రోజులో ఎక్కువ సమయం గడిపాను." గురువు శిష్యుడిని తన ఇంటికి దగ్గ రగా ఉన్న అడవుల్లో నడవడానికి రమ్మని ఆహ్వానించాడు. మార్గమధ్యంలో ఒక మొక్కను చూపించి అది ఏమిటో తెలుసా అని శిష్యుడిని అడిగాడు. "బెల్లడోన్నా" అన్నాడు శిష్యుడు. "దాని ఆకులు తింటే అది నిన్ను చంపేస్తుంది."

"కానీ చూస్తే అది నిన్ను చంపదు.

అదే విధంగా, ప్రతికూల ఆలోచనలు మనల్ని ప్రలోభాలకు గురి చేయనంత కాలం మనకు హాని కలిగించలేవు." అన్నారు గురువు గారు.

పర్వత శ్రేణులు ఫ్రాన్స్, స్పెయిన్‌లను వేరు చేస్తున్నాయి.

ఆ పర్వతాల అడుగున అర్గెలెస్ అనే గ్రామం ఉంది, ఆ గ్రామంలో లోయలోకి వెళ్ళే ఒక కొండ ఉంది.

ప్రతిరోజూ మధ్యాహ్నం ఒక వృద్ధుడు ఆ కొండపైకి ఎక్కి, కిందకు దిగుతుంటాడు. ఓ యాత్రికుడు మొదటిసారి అర్గెలెస్‌కు వెళ్లినప్పుడు, వాస్తవానికి ఈ విషయం గమనించలేదు. రెండవసారి, అతను పదే పదే ఆ వృద్ధుడిని దాటడం గమనించాడు. ఆ తర్వాత ఆ గ్రామానికి వచ్చిన ప్రతిసారీ, ఆ వృద్ధుడిని గురించి, అతని బట్టలు, టోపీ, చేతికర్ర, కళ్లద్దాలు ఇలా వృద్ధుడికి సంబంధించిన అనేక వివరాలను సేకరించాడు: ఇప్పుడు ఆ గ్రామం గురించి ఆలోచించినప్పుడల్లా ఆ వృద్ధుడి గురించే ఆలోచిస్తున్నాడు, ఆ వృద్ధుడికి ఈ విషయం తెలియదు.

ఒకసారి మాత్రం ఆ యాత్రికుడు ఆ వృద్ధుడితో సరదాగా మాట్లాడుతూ ఇలా అడిగాడు: "దేవుడు మన చుట్టూ ఉన్న అందమైన పర్వతాలలో నివసిస్తున్నాడని మీరు భావిస్తున్నారా?" "దేవుడు, ప్రజలు ఆయనను అనుమతించిన చోట నివసిస్తాడు" అన్నాడు వృద్ధుడు.

మక్తుబ్

గురువుగారు ఒక రాత్రి తన శిష్యులను పిలిచి, చుట్టూ కూర్చుని మాట్లాడటానికి వీలుగా మధ్యలో మంట వేయమని కోరారు. ఆధ్యాత్మిక మార్గం మంట లాంటిదని అన్నారు. ఎవరైనా ముందుగా మంటలు ఆర్పేస్తే ఊపిరితిత్తులకు చికాకు కలిగించి, కళ్లలో నీళ్లు వచ్చే భయంకరమైన పొగను భరించాల్సి ఉంటుంది. అలాంటిదే ఒకరి విశ్వాసాన్ని తిరిగి కనుగొనడం. ఏదేమైనా, మంట వెలిగించిన తర్వాత, పొగ మాయమవుతుంది, మంటలు ప్రతిదాన్ని వెలిగిస్తాయి, మనకు వెచ్చదనాన్ని, శాంతిని ఇస్తాయి."

"మనకోసం ఎవరైనా నిప్పు వెలిగిస్తే ఎలా? పొగను నివారించడానికి ఎవరైనా మనకు సహాయం చేస్తే?" అడిగాడు ఒక శిష్యుడు.

"అలా చేసేవాడు నిజమైన గురువు కాదు, ఎందుకంటే అతను కోరుకున్న చోట అగ్నిని తీసుకెళ్లగలడు లేదా ఎప్పుడు కావాలంటే అప్పుడు ఆర్పగలడు. అగ్నిని ఎలా వెలిగించాలో అతను ఎవరికీ నేర్పలేదు కాబట్టి, ప్రపంచాన్ని చీకట్లో వదిలివేయగలడు."

నా స్నేహితురాలు తన ముగ్గురు పిల్లలను తీసుకొని కెనడాలోని ఒక మారుమూల ప్రాంతంలోని ఒక చిన్న పొలంలో నివసించాలని నిర్ణయించుకుంది.

తనను తాను పూర్తిగా ఆధ్యాత్మిక చింతనకే అంకితం చేయాలనుకుంది. ఒక సంవత్సరం కంటే తక్కువ సమయంలోనే, ఆమె ప్రేమలో పడింది.

పునర్వివాహం చేసుకుంది. సాధువుల ధ్యాన పద్ధతులను అధ్యయనం చేసింది. తన పిల్లల కోసం ఒక పాఠశాలను నిర్మించాలని ప్రచారం చేసింది. స్నేహితులను సంపాదించుకుంది.అలాగే శత్రువులను సంపాదించుకుంది. తన దంతాలను నిర్లక్ష్యం చేసింది. దాంతో చీము గడ్డ వచ్చింది. మంచు తుఫాను మధ్యలో ప్రయాణించింది. తన కారును ఎలా మరమ్మతు చేయాలో, పైపులను ఎలా విప్పాలో నేర్చుకుంది, భరణం డబ్బును నెలాఖరు వరకు ఖర్చుపెట్టుకొనేలా ప్రణాళిక చేసుకుంది. ప్రయోజనాలు పొందింది. చల్లటి యింట్లో నిద్రపోయింది. అకారణంగా నవ్వేది. నిరాశతో కన్నీళ్లు పెట్టుకునేది, ప్రార్థనా మందిరాన్ని నిర్మించుకుంది. ఇంటి చుట్టూ డిఐవై పనులు చేసేది. గోడలకు పెయింట్ చేసుకుంది. ఆధ్యాత్మికతపై కోర్సులు చెప్పేది.

"ప్రార్థన తో కూడిన జీవితం అంటే ఒంటరిగా జీవించడం కాదని నేను అర్థం చేసుకున్నాను. దేవుని ప్రేమ చాలా గొప్పది, దానిని పంచుకోవాల్సిన అవసరం ఉంది." అని చెప్పింది.

మక్తుబ్

"మీరు మొదట మీ మార్గంలో బయలుదేరినప్పుడు, కొన్ని పదాలతో పెయింట్ చేసిన ఒక తలుపు కనిపిస్తుంది" అని గురువు చెప్పారు. "నువ్వు చూసి వచ్చి ఆ మాటలు ఏమిటో చెప్పు అన్నారు.

శిష్యుడు మనస్సుని, ఆత్మని కలిపి ఆ తలుపు కోసం వెతికాడు. ఒక రోజు, అతను దానిని చూసి తన గురువు వద్దకు తిరిగి వచ్చాడు.

"మార్గం ప్రారంభంలో, ''ఇది అసాధ్యం అని సంకేతం ఉంది". అని చెప్పాడు

"అది ఎక్కడ రాసి ఉంది? గోడమీదా, తలుపుమీదా "అడిగాడు గురువు గారు".

"ఒక తలుపు మీద" అన్నాడు శిష్యుడు.

"సరే, పిడి పట్టుకుని తలుపు తెరు."

శిష్యుడు గురువుగారి మాటలను శిరసావహించాడు. తలుపు మీద పదాలు పెయింట్ చేయబడినందున, తలుపు కదిలినప్పుడు అవి కదులుతాయి, తలుపు విశాలంగా తెరిచినప్పుడు, శిష్యుడికి ఆ పదాలు కనిపించలేదు. అలా తన మార్గాన్ని కొనసాగించాడు శిష్యుడు.

పాలో కొయిలో

గురువుగారు ఇలా అన్నారు

కళ్ళు మూసుకో. వద్దు, మీరు కళ్ళు మూసుకోవాల్సిన అవసరం కూడా లేదు. ఈ సన్నివేశాన్ని ఊహించుకోండి: ఎగురుతున్న పక్షుల గుంపు. మీరు ఎన్ని పక్షులను చూడగలరో నాకు చెప్పండి. ఐదు? పదకొండు? పదిహేడు? మీ సమాధానం ఎలా ఉన్నప్పటికీ–ఖచ్చితమైన సంఖ్యను ఇవ్వడం ఎవరికైనా కష్టం– ఈ చిన్న ప్రయోగం నుండి ఒక విషయం స్పష్టమవుతుంది.

పక్షుల గుంపును ఊహించగల సామర్థ్యం మీకు ఉంది, కానీ పక్షుల సంఖ్య మీ నియంత్రణలో లేదు. అయినా ఆ సన్నివేశం చాలా స్పష్టంగా, నిర్వచించదగిన, కచ్చితత్వంతో ఉంది. ఈ ప్రశ్నకు సమాధానం మరోచోట ఉంది. ఆ సన్నివేశంలో ఎన్ని పక్షులు కనిపించాలో ఎవరు నిర్ణయించారు? మీరు కాదు.

ఒక వ్యక్తి సెటిస్ మఠానికి సమీపంలో నివసించే ఒక సన్యాసిని సందర్శించాలని నిర్ణయించుకున్నాడు. గమ్యం తెలీకుండా ఎడారి అంతటా తిరిగిన తరువాత, చివరికి అతన్ని కనుగొన్నాడు.

ఆధ్యాత్మిక మార్గంలోనా తొలి అడుగు ఏమిటో తెలుసుకోవాల్సిన అవసరం ఉంది' అని అతను అడిగాడు. సన్యాసి అతన్ని ఒక చిన్న కొలను వద్దకు తీసుకువెళ్ళి నీటిలో తన ప్రతిబింబాన్ని చూడమని కోరాడు. ఆ వ్యక్తి సన్యాసి చెప్పినట్లే చేశాడు. కానీ సన్యాసి నీటిలో గులకరాళ్లను విసరడం ప్రారంభించాడు, అవి ఉపరితలంపై ప్రకంపనలు సృష్టించాయి.

“మీరు నీళ్లలో గులకరాళ్ళు విసురుతూ ఉంటే నా ముఖం స్పష్టంగా చూడలేను” అన్నాడు ఆ వ్యక్తి. “నీటిలో మనిషి తన ముఖాన్ని చూడటం ఎంత అసాధ్యమో, మనస్సు అన్వేషణ మీద ఎక్కువగా కేంద్రీకృతమైతే భగవంతుడిని వెతకడం అంతే అసాధ్యం. అదే మొదటి మెట్టు.” అన్నాడు సన్యాసి.

యాత్రికుడు జెన్ బౌద్ధ ధ్యానం ప్రాక్టీస్ చేస్తున్న సమయంలో, గురువు డోజో యొక్క ఒక మూలకు వెళ్లి వెదురు కర్రతో తిరిగి వచ్చారు.

తమ ధ్యానం పై దృష్టి కేంద్రీకరించడంలో విఫలమైన కొంతమంది విద్యార్థులు తమ చేతిని పైకెత్తారు, గురువు గారు వారి భుజంపై మూడుసార్లు కొట్టారు. మొదట్లో, ఇది అసంబద్ధంగా మధ్యయుగంనాటి శిక్షగా అనిపించింది.

తరువాత, యాత్రికుడు ఆధ్యాత్మిక బాధను శారీరక స్థాయిలో పొందడం కొన్నిసార్లు అవసరమని గ్రహించాడు, తద్వారా అది చేసే నష్టాన్ని మీరు నిజంగా అనుభవించగలుగుతారు. శాంటియాగో వెళ్ళే మార్గంలో, అతను మరొక వ్యాయామం నేర్చుకున్నాడు, అదే అతనికి ప్రతికూల ఆలోచన వచ్చినప్పుడల్లా తన చూపుడు వేలు యొక్క గోరును బొటనవేలుకి నొక్కుకోవడం.

ప్రతికూల ఆలోచనల యొక్క భయంకరమైన పరిణామాలను గమనించడానికి తరచుగా చాలా సమయం పడుతుంది. ఆ ఆలోచనలు శారీరక బాధ రూపంలో వ్యక్తమవడం ద్వారా, అవి చేసే నష్టాన్ని మనం అర్థం చేసుకుంటాము. వాటికి దూరంగా ఉండటం మొదలుపెడతాం.

థెరపిస్ట్ రిచర్డ్ క్రౌలీని దగ్గరకి ముప్పై రెండు సంవత్సరాల రోగి వెళ్లాడు.

"నా బొటనవేలు చప్పరించకుండా ఉండలేకపోతున్నాను" అన్నాడు.

"దాని గురించి చింతించకండి, కానీ వారంలోని ఏడు రోజులు, రోజుకొక వేలిని చప్పరించడానికి ప్రయత్నించండి" అని క్రౌలీ చెప్పాడు.

ఆ క్షణం నుండి, రోగి తన చేతిని నోటివద్దకు తీసుకెళ్లినప్పుడల్లా, ఆ రోజు ఏ వేలిని చప్పరించాలో ఎంచుకోవలసి వచ్చింది. వారం గడవక ముందే ఆయన ఈ అలవాటును మానుకున్నారు.

"ఏదైనా చెడు అలవాటుగా మారినప్పుడు, దానిని ఎదుర్కోవడం కష్టం" అని రిచర్డ్ క్రౌలీ చెప్పారు. "అయితే, ఈ సవాళ్లకు కొత్త దృక్పథాలను అవలంబించడం, కొత్త నిర్ణయాలు, ఎంపికలు అవసరం అయినప్పుడు, చెడు అలవాట్లు శ్రమపడవలసినంత విలువైనవి కావని మనము గ్రహిస్తాము."

ప్రాచీన రోమ్‌లో, సిబిల్స్ అని పిలవబడే మంత్రగత్తెల సమూహం రోమ్ యొక్క భవిష్యత్తును తెలియజేసే తొమ్మిది పుస్తకాలను వ్రాసింది. వారు తొమ్మిది పుస్తకాలను రోమన్ చక్రవర్తి టిబెరియస్ వద్దకు తీసుకువెళ్లారు.

"వాటి ధర ఎంత?" అని టిబెరియస్ అడిగాడు.

"వంద బంగారు నాణేలు", అని సిబిల్స్ సమాధానం ఇచ్చారు.

ఆగ్రహానికి గురైన టిబెరియస్ వారిని అక్కడి నుంచి పంపించేశాడు.

సిబిల్స్ మూడు పుస్తకాలను కాల్చివేసి, తిరిగి వచ్చారు

"అయిప్పటికీ వాటి ధర వంద బంగారు నాణేలు," అని వారు చెప్పారు.

టిబెరియస్ నవ్వుతూ వారి ప్రతిపాదనను తిరస్కరించాడు. తొమ్మిది పుస్తకాలకు చెల్లించే సొమ్మును అదే ఆరు పుస్తకాలకు ఎందుకు చెల్లించాలి?

సిబిల్స్ మరో మూడు పుస్తకాలను కాల్చివేసి, మిగిలిన మూడింటితో తిరిగి వచ్చారు.

"ఇప్పటికీ వాటి ధర వంద బంగారు నాణేలు"అని వారు చెప్పారు.

అప్పటికి, టిబెరియస్ లో ఉత్సుకత రేకెత్తింది. అతను పూర్తి మొత్తాన్ని చెల్లించాడు. అయితే అతను తన సామ్రాజ్యం యొక్క భవిష్యత్తు కోసం వారు ఊహించిన వాటిలో కొన్నింటిని మాత్రమే చదవగలిగాడు.

గురువుగారు ఇలా చెప్పారు

తమకి తాముగా అంది వచ్చే ఏ అవకాశలలోనైనా బేరమాడే ప్రయత్నం చేయకూడదని తెలుసుకోవాలి.

ఈ పదాలు ఇరవయ్యవ శతాబ్దపు అత్యంత ప్రభావవంతమైన క్రిస్టియన్ మత ఉద్యమకారుల్లో ఒకరైన రూఫస్ జోన్స్ రాసారు:

"నేను భగవంతుడిని చేరుకోవాలనే ఆలోచనలో బాబెల్ యొక్క కొత్త టవర్లను నిర్మించడంపై నాకు ఆసక్తి లేదు."

ఆ బురుజులు హేయమైనవి; కొన్ని కాంక్రీటు, ఇటుకలతో తయారు చేయబడ్డాయి, మరికొన్ని పవిత్ర గ్రంథాల కుప్పలతో తయారు చేయబడ్డాయి. కొన్ని పురాతన ఆచారాల నుండి నిర్మించబడ్డాయి. అనేక కొత్త నిర్మాణాలు శాస్త్రీయ ఆధారాలతో దేవుని ఉనికిని రుజువు చేయడం కోసం నిర్మితమయినాయి.

"ఈ టవర్లన్నిటినీ, మనం చీకటి లో నుండి ఎక్కవలసి ఉంటుంది,
ఏకాంత స్థావరం మనకు భూమి యొక్క విహంగ వీక్షణాన్ని అందించవచ్చు, కానీ అది మనల్ని స్వర్గానికి నడిపించదు.
మనకు లభించేది భాషల యొక్క పాత గందరగోళం, భావోద్వేగాలు.
దేవునికి మనకు వారధిలా పనిచేసేది విశ్వాసం, ప్రేమ, ఆనందం, ప్రార్థన.

పాలో కొయిలో

నా జీ జర్మనీలోని యూదులకు ఆధ్యాత్మిక సాంత్వన కలిగించేందుకు ఇద్దరు యూదు మత గురువులు తమ శాయశక్తులా కృషి చేస్తున్నారు. వారి జీవితాల గురించి నిరంతరం భయంతో జీవిస్తున్నప్పటికీ, రెండు సంవత్సరాలు వారు తమను వెంబడించేవారిని తప్పించుకోగలిగారు. వివిధ యూదు సమాజాలలో మతపరమైన సేవలను నిర్వహించారు.

చివరికి, వారు దొరికిపోయారు. యూదు మత గురువులలో ఒకరు తమకు ఏమి జరుగుతుందో అని భయపడి, ప్రార్థన చేస్తూ గడపగా, మరొకరు రోజంతా నిద్రపోయాడు.

"ఎందుకు అంతగా నిద్రపోతున్నావు?" భయపడిన యూదు మతగురువును, మరో గురువు అడిగాడు.

"నా శక్తిని కాపాడుకోవడానికి నాకు నిద్ర అవసరమని తెలుసు," అని ఆయన చెప్పాడు.

"నీకు భయం లేదా? మనకు ఏమి జరుగుతుందో మీకు తెలియదా?

వాళ్లు కారాగారంలో పెట్టేవరకు భయపడ్డాను. ఇప్పుడు నేను ఖైదీని. ఇంతకుముందు జరిగిపోయిన దాని గురించి ఇప్పుడు భయపడటం ఏమిటి?

భయపడే సమయం అయిపోయింది. ఇప్పుడు అశగా ఎదురుచూసే సమయం ప్రారంభమయింది."

మక్తుబ్

గురువుగారు ఇలా అన్నారు

"నాకు అక్కర్లేదు." మనం ఈ పదాలను కొంత సందేహంతో చూడాలి. మనం చేయకూడని పనులు ఏమిటి, ఎందుకు చేయకూడదనుకుంటున్నాం.

అనవసరమైనవి కనుక చేయకూడదనుకుంటున్నామా? ప్రమాదకరమైనవి కాబట్టి చేయకూడదనుకుంటున్నామా?

ఇక్కడ ఒక ఉదాహరణ

ఏ సంభాషణ అయినా, సంక్షిప్తంగా అయినా, హృదయ పూర్వకంగా అయినా, అపరిచితులతో మాట్లాడటం ఉదాహరణగా తీసుకుందాం.

మనం అపరిచితులతో చాలా అరుదుగా మాట్లాడుతాము.

ఎల్లప్పుడూ "అదే మంచిదని" భావిస్తాము.

మనం జీవితాన్ని సహాయం చేయకుండా లేదా సహాయ పడకుండానే ముగించేస్తున్నాము.

ఇతరుల నుండి దూరంగా ఉండడమే మనకు ముఖ్యమైన విషయంగా, మరింత నమ్మకంగా అనిపిస్తుంది. అయితే, ఆచరణలో జరుగుతున్న దేమిటంటే మనలో అంతర్గతంగా వున్న (దివ్య) దైవవాణిని ఇతరుల నోటిని నుండి వినే అవకాశాన్ని కోల్పోతున్నాం.

ఒక వృద్ధ సన్యాసిని అప్పటి అత్యంత శక్తివంతమైన రాజు తన ఆస్థానానికి ఆహ్వానించారు.

"అల్ప సంతోషి అయిన మిమ్మల్ని చూసి అసూయ పడ్తున్నాను..." అన్నాడు రాజు.

"నాకంటే కూడా అల్ప సంతోషి అయిన ఈ రాజును చూసి నేను అసూయపడుతున్నాను" అని సన్యాసి సమాధానం ఇచ్చాడు.

"ఈ దేశం మొత్తం నా స్వంతం అయినప్పుడు మీరు ఎలా చెప్పగలరు నేను అల్ప సంతోషినని?" అన్నాడు రాజు బాధపడుతూ.

"ఖచ్చితంగా చెప్పగలను" అన్నాడు వృద్ధ సన్యాసి. "నా దగ్గర సంగీతం ఉంది.

గోళాలు, మొత్తం నదులు, పర్వతాలు, ప్రపంచం, చంద్రుడు, సూర్యుడు ఉన్నారు, ఎందుకంటే నా ఆత్మ లో దేవుడు ఉన్నాడు.

ఇక మీ విషయానికి వస్తే మీ వద్ద కేవలం ఈ రాజ్యం మాత్రమే ఉంది."

మక్తుబ్

"దేవుడు నివసిస్తున్న ఆ పర్వతం పైకి వెళ్దాం" అని ఒక సైనికుడు తన తోటి సైనికుడిని అడిగాడు. "మనల్ని పనులు చేయమని పురమాయించడం తప్ప, భారాన్ని తగ్గించుకోవడానికి దేవుడు ఎప్పుడూ ఏమీ చేయలేదు అని నేను నిరూపించాలనుకుంటున్నాను."

"నా విశ్వాసాన్ని చూపించడానికి నేను అక్కడికి వెళ్తాను" అని ఆ సైనికుడు చెప్పాడు.

చీకటిలోనే వారు పర్వత శిఖరానికి చేరుకున్నారు.

అప్పటికే బాగా రాత్రి అయింది. వారు చీకటిలో ఒక స్వరం విన్నారు:

"మీ గుర్రాలపై తిరిగి వెళ్లండి, అయితే ఆ రాళ్లను మీతో భూమి మీదకు తీసుకెళ్లండి!"

"చూడు?" అన్నాడు మొదటి సైనికుడు "మనము ఇంత దూరం వచ్చాము, మనం మరింత బరువు మోయాలని దేవుడు. అనుకుంటున్నాడు."

"సరే కానీ నేను మాత్రం ఆ పని చేయను".

మరో సైనికుడు మాత్రం ఆ స్వరం సూచించినట్లు చేశాడు.

వారు పర్వతం దిగువకు చేరుకున్నారు, చీకట్లు తొలగుతున్నాయి. తెల్లవారుతుంది.

సైనికుడు తన వెంట తెచ్చిన రాళ్లపై సూర్యుని కిరణాలు పడి ప్రకాశిస్తున్నాయి. అవి వజ్రాలు.

పాలో కొయిలో

గురువుగారు ఇలా అన్నారు

దేవుడు వింత నిర్ణయాలు తీసుకోవచ్చు, కానీ అవి ఎల్లప్పుడూ మనకు అనుకూలంగా ఉంటాయి.

గురువుగారు ఇలా అన్నారు

నా ప్రియమైన మిత్రమా, నీవు వినని కొన్ని విషయాలు నా దగ్గర ఉన్నాయి. నేను ఆ విషయాలను అందంగా, ఆకర్షణీయంగా చెప్పాలనుకున్నాను, స్వర్గం యొక్క వాగ్దానాలు, సంపూర్ణ దర్శనం, ఇతర రహస్య వివరణలతో నింపడానికి ప్రయత్నించాలని అనుకుంటున్నాను, ఆ విషయాలన్నీ ఉనికిలో ఉన్నప్పటికీ, అవి ఇప్పటి స్థితికి సంబంధించినట్లుగా లేవు.

లోతైన శ్వాస తీసుకుని నిన్ను నువ్వు సిద్ధం చేసుకో. నేను నిష్కపటంగా మాట్లాడాలి. నేను చెప్పబోయేది నిజమేనని నాకు తెలుసునని మీకు హామీ ఇస్తున్నాను. ఇది ఏ లోపంలేని అమోఘమైన వూహ.

విషయం ఇది

నువ్వు చనిపోబోతున్నావు.

ఇది రేపు లేదా యాభై సంవత్సరాలలో కావచ్చు, నీకు ఇష్టం లేకపోయినా. నీకు ఇతర ప్రణాళికలు ఉన్నప్పటికీ ఏదో ఒక సమయంలో నువ్వు చనిపోతావు.

ఈ రోజు, రేపు మిగిలిన రోజులలో ఏమి చేయాలనుకుంటున్నారో జాగ్రత్తగా ఆలోచించండి.

పాలో కొయిలో

ఆఫ్రికా నడిబొడ్డున ఉన్న తన గమ్యాన్ని చేరుకోవాలనే ఆత్రుతతో ఒక శ్వేతజాతి అన్వేషకుడు, తనను మోస్తున్న స్థానికులకు, మరింత వేగంగా నడవడానికి అదనపు డబ్బు చెల్లించాడు. చాలా రోజులు, వారు వేగంగా నడిచారు.

ఒకరోజు మధ్యాహ్నం, వారందరూ తాము మోస్తున్న కట్టలను తీసివేసి, నేలపై కూర్చుండిపోయారు, ముందుకు వెళ్లడానికి నిరాకరించారు.

అన్వేషకుడు వారికి ఎంత డబ్బు ఇస్తానని ఆశ చూపినా, వారు కదలలేదు. చివరికి అతను వారి ప్రవర్తనకు కారణాన్ని అడిగినప్పుడు, “మేము ఏమి చేస్తున్నామో మాకు తెలియకుండా చాలా వేగంగా నడుస్తున్నాము. ఇప్పుడు మా ఆత్మలు మాతో కలిసే వరకు వేచి ఉండాల్సిన అవసరం ఉంది.” అని అతనికి సమాధానం ఇచ్చారు.

మేరీ మాత, బేబీ జీసస్‌ని తన చేతుల్లో ఉంచుకుని, ఒక మఠాన్ని సందర్శించడానికి భూమిపైకి దిగి వచ్చింది.

సన్యాసులు ఆమెకు నివాళులర్పించడానికి గర్వంగా వరుసలో నిలుచున్నారు: ఒకరు కొన్ని కవితలు చెప్పారు, మరొకరు ఆమెకు బైబిల్ దగ్గర అలంకరించిన కొన్ని అందమైన దీపాలను చూపించారు. మరొకరు సాధువుల అందరి పేర్లను పఠించారు.

పంక్తి చివరలో ఒక వినయపూర్వకమైన సన్యాసి ఉన్నాడు, అతనికి ఆనాటి గురువులనుండి నేర్చుకునే అవకాశం లేదు. ఎందుకంటే అతని తల్లిదండ్రులు సాధారణ సర్కస్ వ్యక్తులు. అతని వంతు వచ్చినప్పుడు, ఆశ్రమానికి చెడ్డపేరు తెస్తాడనే భయంతో సన్యాసులు నివాళిని ముగించడానికి ప్రయత్నించారు. కానీ అతను కూడా మాతకు తన ప్రేమను చూపించాలనుకున్నాడు. తన సహచరుల అసమ్మతి చూపుల మధ్య, అతను సిగ్గుతో తన జేబులో నుండి కొన్ని నారింజలను తీసి, వాటితో గారడీ చేయడం ప్రారంభించాడు, అతని తల్లిదండ్రులు అతనికి సర్కస్‌లో అదే నేర్పించారు. బాలుడైన యేసు చిరునవ్వుతో, ఆనందంతో చేతులు ఆడిస్తూ చప్పట్లు కొట్టాడు. అది చూసి మాత తన చేతులు చాచి తన కొడుకును ఒక క్షణం అతనిని ఎత్తుకోనివ్వడం అతనికి మాత్రమే దక్కిన అదృష్టం.

అన్ని సమయాలలో స్థిరంగా ఉండటానికి ప్రయత్నించవద్దు. సెయింట్ పాల్ చెప్పినట్లుగా: "ఈ ప్రపంచ జ్ఞానం దేవుని దృష్టిలో మూర్ఖత్వం." స్థిరంగా ఉండడమంటే మీ టైనీ, మీ సాక్స్‌కి సరిపడేలా చూసుకోవడం. ఈ రోజు మీకు ఉన్న అభిప్రాయాలే రేపు కలిగి ఉండటం బాధ్యతగా భావిస్తున్నారు. కానీ ప్రపంచం నిరంతరం మారుతూ ఉంటుంది.

మీరు ఎవరికీ హాని చేయనంత వరకు, ముందుకు సాగండి. మీ అభిప్రాయాన్ని అప్పుడప్పుడు మార్చుకోండి. ఇబ్బంది పడకుండా మీకు మీరే విరుద్ధంగా ఉండండి.

మీకు అలా చేసే హక్కు ఉంది. ఇతరులు ఏమనుకుంటున్నారో అనేదానితో పట్టింపు లేదు, ఎందుకంటే వారు తమకు కావలసినది ఆలోచిస్తారు.

కాబట్టి విశ్రాంతి తీసుకోండి. విశ్వం మీ చుట్టూ తిరగనివ్వండి. మిమ్మల్ని మీరు ఆశ్చర్యపరిచే ఆనందాన్ని కనుగొనండి. "జ్ఞానులను సిగ్గుపరచడానికి దేవుడు ప్రపంచంలోని మూర్ఖత్వాన్ని ఎంచుకున్నాడు" అని సెయింట్ పాల్ చెప్పారు.

గురువుగారు ఇలా అన్నారు

ఈ రోజు మామూలుగా ఏదైనా చేస్తే బాగుంటుంది.

ఉదాహరణకు, మనం పని చేయడానికి వెళ్లే దారిలో వీధిలో నృత్యం చేయవచ్చు. మనం అపరిచితుడి కళ్ళలోకి చూసి, తొలి ప్రేమ గురించి మాట్లాడొచ్చు. ఇది ఎంత హాస్యాస్పదంగా అనిపించినా, మనము విశ్వసించే ఆలోచనను మన యజమానికి సూచించవచ్చు. లేదా మనం ఎప్పుడూ వాయించాలనుకునే సంగీత వాయిద్యాన్ని కొనుగోలు చేయవచ్చు, కానీ మనం ధైర్యం చేయలేము. అయితే కాంతి నందించే యోధులు అలాంటి రోజులను అనుభవిస్తారు.

ఈ రోజు మనం మన గొంతులోనే ఉండిపోయిన ఎప్పటి బాధనో గుర్తుతెచ్చుకుని ఏడ్వవచ్చు. మనం ఎవరితోనైనా మళ్లీ మాట్లాడబోమని ప్రమాణం చేసిన వారికి ఫోన్ చేయవచ్చు (కానీ మనము ఎవరి గొంతు వినడానికి ఇష్టపడతామో వారికి మన వాయిస్ మెయిల్‌లో సందేశం పంపించవచ్చు). ఈ రోజును మనం మన కోసం రాసుకునే రచన నుండి ప్రత్యేకంగా ఉండే రోజుగా పరిగణించవచ్చు. ఈ రోజు అన్ని తప్పులు అనుమతించబడతాయి. క్షమించబడతాయి. ఈ రోజు సజీవంగా ఉన్నందుకు సంతోషించే రోజు.

శాస్త్రవేత్త రోజర్ పెన్రోస్ ఒక స్నేహితుడితో కలిసి వీధిలో నడుస్తున్నాడు. ఇద్దరూ ఉత్సాహంగా మాట్లాడుతున్నారు. రోడ్డు దాటే క్రమంలో ఒక్క క్షణం మౌనంగా ఉండిపోయారు.

"నేను రోడ్డు దాటుతున్నప్పుడు, నాకు ఒక అద్భుతమైన ఆలోచన వచ్చిందని నాకు గుర్తుంది." అని పెన్రోస్ చెప్పారు.

"కానీ మనము అవతలి వైపుకు చేరుకుని మన సంభాషణను పునఃప్రారంభించగానే, కొన్ని సెకన్ల క్రితం నేను ఏమి అనుకున్నానో నాకు గుర్తుకు రాలేదు."

ఆ రోజు తర్వాత నుండి పెన్రోసుకు వింత ఆనందం కలిగింది. కానీ ఎందుకో అర్థం కాలేదు.

"ఏదో ముఖ్యమైన విషయం వెల్లడయిందని నాకు అనిపించింది," అని అతను చెప్పాడు.

ఆ రోజు తనకు జరిగిన విషయాలన్నిటినీ అతను నెమరు వేసుకున్నాడు. రహదారి, దాటుతున్నప్పుడు మౌనంగా ఉన్న క్షణం గుర్తుచేసుకున్నాడు. ఆలోచన తిరిగి వచ్చింది. ఈసారి అతను దానిని వ్రాయగలిగాడు. 'బ్లాక్ హోల్స్' ఉనికికి సంబంధించిన అతని సిద్ధాంతం, ఆధునిక భౌతిక శాస్త్రంలో నిజమైన విప్లవం ఆ ఆలోచనే పెన్రోస్‌కి తిరిగి వచ్చింది. ఎందుకంటే రహదారిని దాటడానికి విరామం ఇచ్చినప్పుడల్లా అతను ఆ నిశ్శబ్దాన్ని గుర్తుంచుకోగలిగాడు.

సెయింట్ ఆంథోనీ ఎడారిలో నివసిస్తున్నప్పుడు ఒక యువకుడు చూడటానికి వచ్చాడు.

"తండ్రీ నాకు ఉన్నదంతా అమ్మేసి పేదలకు ఇచ్చాను. నేను ఇక్కడ ఎడారిలో జీవించడానికి అవసరమైన కొన్ని వస్తువులను మాత్రమే ఉంచుకున్నాను. మీరు నాకు మోక్షానికి మార్గాన్ని చూపించాలని కోరుకుంటున్నాను."

సెయింట్ ఆంథోనీ యువకుడిని, అతను ఉంచుకున్నా వాటిలో మరి కొన్ని వస్తువులను విక్రయించమని ఆ డబ్బుతో కొంత మాంసం కొనమని కోరాడు. ఊరు నుంచి తిరిగి వస్తుండగా మాంసాన్ని శరీరానికి కట్టుకోవాలి అని చెప్పాడు.

యువకుడు ఆయన మాట పాటించాడు. అతను తిరిగి వచ్చేటప్పుడు, ఆ మాంసం కోసం కుక్కలు, పక్షులు అతని వెంట పడ్డాయి. "నాకు యిలా అయ్యింది," అని యువకుడు తన నలిగిపోయిన దుస్తులు, గాయపడిన శరీరాన్ని సాధువుకి చూపించాడు.

"కొత్త మార్గంలో మొదటి అడుగు వేసే వారు, ఇంకా గతాన్ని పట్టుకుని వేళ్లాడుతుంటే గతం వారిని నలిపేస్తుంది," అని సాధువు చెప్పాడు.

గురువుగారు ఇలా అన్నారు

ఈ రోజు దేవుడు మీకు ఇచ్చే అన్ని మనోహరమైన వస్తువులను ఆస్వాదించండి. మీరు వాటిని రక్షించలేరు. వాటిని తర్వాత ఉపయోగించేందుకు మీరు డిపాజిట్ చేయగల బ్యాంకు ఏదీ లేదు. మీరు ఇప్పుడు ఆ వరాలను ఉపయోగించుకోకపోతే, అవి శాశ్వతంగా పోతాయి.

మనమంతా జీవన కళాకారులమని దేవునికి తెలుసు. ఒక రోజు, అతను శిల్పం చేయడానికి మనకు రాళ్లను ఇస్తాడు; మరొక రోజు, అతను మనకు వ్రాయడానికి బ్రష్‌లు, కాన్వాస్ లేదా పెన్ను ఇస్తాడు. కానీ పెయింటింగ్ విషయానికి వస్తే ఆ రాళ్ల వల్ల ఉపయోగం లేదు, శిల్పాలు చేయడానికి కలం పనికిరాదు.

ప్రతి రోజు అద్భుతమైనదే. ఆ వరాలను అందుకుని, ఈరోజే మీ చిన్న కళాఖండాలను రూపొందించండి.

రేపు మీరు మరిన్ని వరాలను పొందుతారు.

పీడ్రా నది ఒడ్డున ఉన్న మఠం చుట్టూ పచ్చదనం నిండి ఉంది. స్పెయిన్‌లోని ఆ నిర్జల ప్రాంతం అక్కడ నిజమైన ఒయాసిస్, చిన్న నది ప్రవాహంగా మారి డజన్ల కొద్దీ జలపాతాలను ఏర్పరుస్తుంది.

యాత్రికుడు నీటి ప్రవాహ సంగీతాన్ని వింటూ నడుస్తున్నాడు. అకస్మాత్తుగా, అతను జలపాతాల క్రింద ఒక చిన్న గుహను గమనించాడు. కాలక్రమేణా సున్నితంగా మారిన రాయిని, ప్రకృతి ఓపికగా సృష్టించిన అందమైన ఆకృతులను అధ్యయనం చేసాడు. అక్కడ ఒక ఫలకంపై ఇలా రాసి ఉండడం చూశాడు. భారతీయ కవి, తత్వవేత్త రవీంద్రనాథ్ ఠాగూర్, సాహిత్యంలో నోబెల్ బహుమతిని గెలుచుకున్న యూరోపియనేతర మొదటి గీత రచయిత వ్రాసిన ఈ వాక్యాలను చూశాడు: "ఈ రాళ్లను ఇంత సంపూర్ణంగా రూపొందించింది శిల్పి యొక్క సుత్తి కాదు. ఇది నీరు, దాని సౌమ్యత, దాని నృత్యం, దాని పాట, కఠినత్వాన్ని నాశనం చేస్తుంది; సౌమ్యత రూపుదిద్దుకుంటుంది."

గురువుగారు ఇలా అన్నారు

చాలామంది సంతోషానికి భయపడతారు. వారికి, ఈ పదం అంటే వారి అలవాట్లను మార్చుకోవడం, వారి గుర్తింపును కోల్పోవడం. మనకు జరిగే మంచి విషయాలకు మనం అనర్హులమని మనం తరుచుగా నమ్ముతాం. మనం వాటిని అంగీకరించం. ఎందుకంటే అలా చేయడం వలన మనం ఏదో ఒకవిధంగా దేవునికి ఋణపడి ఉన్నామని భావిస్తాము.

మనం ఇలా అనుకుంటాము: "సంతోషం యొక్క పాత్ర నుండి త్రాగకపోవడమే ఉత్తమం, ఎందుకంటే అది మన నుండి తీసివేయబడినప్పుడు, మనం మరింత ఎక్కువ బాధపడతాం."

మనం తగ్గిపోతామనే భయంతో మన ఎదుగుదల ఆగిపోతుంది.

ఏడవడానికి భయపడి నవ్వడం మానేస్తాం.

మక్తుబ్

ఒక మధ్యాహ్నం సెటిస్ ఆశ్రమంలో, ఒక సన్యాసి మరొక సన్యాసిని అవమానించాడు. అతనిని అవమానించిన సన్యాసిని క్షమించమని మఠాధిపతి సిసోయిస్, ఆ సన్యాసిని కోరాడు.

"ససేమిరా క్షమించను, అతను చేసిన పనికి అతను శిక్షించబడాల్సిందే" అన్నాడు సన్యాసి.

అదే సమయంలో, మఠాధిపతి సిసోయిస్ తన చేతులను స్వర్గం వైపుగా పైకి లేపి ప్రార్థించడం ప్రారంభించాడు: "ప్రభువైన యేసు, మాకు ఇకపై నీ అవసరం లేదు, ఎందుకంటే మేమే మా దురాక్రమణదారులను వారి నేరాలకు శిక్షించేలా చేయగలం. మేమే ప్రతీకారం తీర్చుకుంటాం. మంచి చెడులకు సంబంధించిన వ్యవహారాలన్నీ మేము చూసుకోగలం.

"కాబట్టి దయచేసి మమ్మల్ని, మా స్వంత విషయాలను వదిలివేయండి. ఇకపై మాకోసం చింతించకండి."

సన్యాసి సిగ్గుపడి వెంటనే తన సోదర సన్యాసిని క్షమించాడు.

"ఆధ్యాత్మిక నిధిని ఎవరికి వారే స్వంతంగా మాత్రమే కనుగొనగలరు అని మహా గురువులందరూ అంటారు. అలాంటప్పుడు మన మందరం ఇక్కడ ఎందుకు కలిసి ఉండడం?"

అని ఒక శిష్యుడు అడిగాడు.

"మీరందరు ఎందుకు కలిసి ఉన్నారంటే అడవి ఎల్లప్పుడూ ఒక చెట్టు కంటే బలంగా ఉంటుంది," అన్నారు గురువు గారు. "అడవి తేమను నిలుపుకుంటుంది, తుఫానులను బాగా తట్టుకుంటుంది, నేల సారవంతంగా ఉండటానికి సహాయపడుతుంది.

కానీ చెట్టును బలంగా చేసేది దాని మూలాలు. కానీ ఆ మూలాలు మరొక మొక్క పెరగడానికి సహాయం చేయవు.

ఒకే లక్ష్యంతో కలిసి ఉండటం, ప్రతి వ్యక్తి తన సొంత మార్గంలో ఎదగడానికి అనుమతించడం, దేవునితో సంబంధాలు కలిగి ఉండాలనుకునే వారికి అదే సరైన మార్గం."

యాత్రికుడికి పదేళ్లు ఉన్నప్పుడు, అతని తల్లి అతన్ని వ్యాయామ విద్యకి/ శిక్షణకి పంపింది.

వ్యాయామాలలో భాగంగా అతను వంతెనపై నుండి నీళ్లలోకి దూకాలి.

అతను ఎల్లప్పుడూ లైన్ చివరకి వెళ్లగానే భయపడిపోయేవాడు.

ఎందుకంటే ఆ తర్వాత వెంటనే అతని వంతు వస్తుంది. తన ముందు ఉన్న ఒక్కొక్క బాలుడు నీళ్లలోకి దూకడం గమనిస్తుంటాడు. ఒకరోజు, గురువుగారు.

అతను భయపడడాన్నిచూస్తారు – మొదట అతనే దూకేలా లైన్‌లో నిలబెడతాడు.

అతను మరింత భయపడినప్పటికీ, ఆ వ్యాయామం త్వరగా పూర్తి అయ్యింది, భయం ఓడిపోయింది.

గురువుగారు ఇలా అన్నారు

తరచుగా మనం విషయాలను వాటి దారిలో వాటిని వెళ్లనివ్వాలి.

ఇతర సమయాల్లో, మనం శారీరక శ్రమ చేయడానికి సిద్ధపడి కార్యరంగంలోకి దిగిపోవాలి.

అప్పుడు, మనం చేయగలిగిందల్లా ఆ క్షణాలని పట్టించుకోక పోవడమే.

పాలో కొయిలో

ఒక రోజు ఉదయం, బుద్ధుడు తన శిష్యులతో సమావేశమైనప్పుడు ఒక వ్యక్తి అతని వద్దకు వచ్చాడు.

"దేవుడు ఉన్నాడా?" ఆ వ్యక్తి అడిగాడు.

"ఉన్నాడు," అన్నాడు బుద్ధుడు.

మధ్యాహ్న భోజనం తరువాత, మరొక వ్యక్తి అతని వద్దకు వచ్చాడు.

"దేవుడు ఉన్నాడా?" అతను అడిగాడు.

"లేడు, లేకపోవచ్చు" అన్నాడు బుద్ధుడు.

ఆ మధ్యాహ్నం తరువాత, మూడవ వ్యక్తి అదే ప్రశ్న అడిగాడు:

"దేవుడు ఉన్నాడా?"

"అది మీరే నిర్ణయించుకోవాలి" అన్నాడు బుద్ధుడు.

"ఇది అసంబద్ధం గురువుగారు, మీరు ఒకే ప్రశ్నకు వేర్వేరు సమాధానాలు ఎందుకిచ్చారు?"

"ఎందుకంటే వారిలో ప్రతి ఒక్కరూ భిన్నంగా ఉన్నారు" అని బుద్ధుడు చెప్పాడు.

"ప్రతి ఒక్కరు తన స్వంత మార్గంలో, నిశ్చయత, తిరస్కరణ, లేదా సందేహం ద్వారా దేవుడిని చేరుకుంటారు."

మనమందరం నటన, పనులు చేయడం, నిర్ణయాలు తీసుకోవడం, ఏర్పాట్లు చేయడంలో నిమగ్నమై ఉన్న జీవులం. మనము ఎల్లప్పుడూ ఏదో ప్రణాళిక చేయడానికి, ఇంకేదో పూర్తి చేయడానికి మరేదో కనుగొనడానికి ప్రయత్నిస్తాము.

అందులో తప్పు ఏమీ లేదు; అన్నింటికంటే, మనం ఈ విధంగా ప్రపంచాన్ని నిర్మిస్తాము. మారుస్తాము, కానీ ఆరాధన కూడా జీవితంలో భాగమే.

అప్పుడప్పుడు ఆగి, బయట అడుగు పెట్టు, ప్రపంచం ముందు మౌనంగా నిలబడు.

ఏమీ అర్థించకుండా, ఆలోచించకుండా, కృతజ్ఞతతో కూడుకున్న అనుభూతి కూడా లేకుండా, శరీరం, ఆత్మతో మోకరిల్లండి. మన చుట్టూ ఆవరించి ఉన్న నిశ్శబ్ద ప్రేమను అనుభవించండి. అలాంటి క్షణాలలో, సంతోషం లేదా దుఃఖంతో కూడిన కొన్ని ఊహించని కన్నీళ్లు మీ కళ్ల నుండి కారవచ్చు.

ఆశ్చర్యపోకండి. ఇది ఒక బహుమతి. ఆ కన్నీళ్లు మీ ఆత్మను శుభ్రపరుస్తాయి.

పాలో కొయిలో

గురువుగారు ఇలా అన్నారు

మీరు ఏడవవలసి వస్తే, పిల్లలు ఏడ్చే విధంగా ఏడవండి.

నువ్వు ఒకప్పుడు చిన్నవాడివే, జీవితంలో నువ్వు నేర్చుకున్న మొదటి విషయాలలో ఒకటి ఏడుపు. ఎందుకంటే అది సజీవంగా ఉండటంలో భాగం. మీరు స్వేచ్ఛగా ఉన్నారని, మీ భావోద్వేగాలను ప్రదర్శించడంలో సిగ్గుపడాల్సిన పని లేదని ఎప్పటికీ మర్చిపోకండి.

అరవండి, బిగ్గరగా ఏడవండి, ఇంకా కావాలంటే శబ్దం చేయండి, ఎందుకంటే పిల్లలు అలానే ఏడుస్తారు. ఇది వారి హృదయాన్ని ఓదార్చే అత్యంత ప్రభావవంతమైన మార్గమని వారికి తెలుసు.

పిల్లలు ఏడ్వడం ఎలా ఆగిపోతుందో మీరు గమనించారా?

ఏదో వారి దృష్టిని మరల్చుతుంది, ఏదో కొత్త సాహసం వారిలో కొందరిని పిలుస్తుంది.

పిల్లలు చాలా త్వరగా ఏడుపు ఆపుతారు.

మీకు అలాగే అవుతుంది, ఒకవేళ పిల్లలు ఏడ్చి నట్టు మీరు ఏడ్వగలిగితే.

మక్తుబ్

యాత్రికుడు ఫోర్ట్ లాడర్‌డేల్‌లో ఒక మహిళా స్నేహితురాలు, ఒక న్యాయవాదితో కలిసి భోజనం చేస్తున్నాడు. పక్క టేబుల్ వద్ద అతిగా తాగిన తాగుబోతుకూర్చుని తమ సంభాషణలో పాలుపంచుకోవాలని పట్టుబట్టాడు. కొద్ది సేపు భరించిన న్యాయవాది తమని ఒంటరిగా వదిలేయమని అడిగాడు, కాని తాగుబోతు ఇలా అన్నాడు: "ఎందుకు? తెలివైన వ్యక్తి ఏవిధంగా మాట్లాడతాడో అదేవిదంగా నేను ప్రేమ గురించి మాట్లాడాను. నేను సంతోషంగా ఉన్నాను. ఆ ఆనందాన్ని ఇద్దరు అపరిచితులకు తెలియజేయాలనుకున్నాను. దానిలో తప్పు ఏమిటి?

"ఇది సరైన సమయం కాదు" ఆమె చెప్పింది.

మీరు సంతోషంగా ఉన్నారని చూపించడానికి సరైన సమయం ఉందని మీ ఉద్దేశ్యమా? అని అతను అడిగిన వెంటనే తమ టేబుల్ వద్దకు రమ్మని ఆహ్వానించారు.

గురువుగారు ఇలా అన్నారు

మనం మన శరీరాన్ని జాగ్రత్తగా చూసుకోవాలి, ఎందుకంటే అది పవిత్రాత్మ దేవాలయం. మన గౌరవం, ప్రేమకు అర్హమైనది.

అయితే, జీవితం చిన్న చిన్న ఆనందాలతో కూడుకున్నదని గుర్తుంచు కోవడం చాలా ముఖ్యం. మనం మన సమయాన్ని సద్వినియోగం చేసుకోవాలి. ఎందుకంటే మనం తప్పక మన కలల కోసం పోరాడాలి. ఆ పోరాటంపై మన ప్రయత్నాలన్నింటినీ కేంద్రీకరించాలి.

ఒక ఉద్దీపనను అందించడానికి, మన శోధనలో మనకు సహాయం చేయడానికి, మనం మన రోజువారీ సమస్యలతో పోరాడుతున్నప్పుడు, మనకు కొన్ని క్షణాలు విశ్రాంతిని ఇవ్వడానికి చిన్న చిన్న ఆనందాలు వున్నాయి.

సంతోషంగా ఉండటం పాపం కాదు. అప్పుడప్పుడు ఆహారం, నిద్ర, సంతోషానికి సంబంధించి కొన్ని నియమాలను ఉల్లంఘించడంలో తప్పు ఏమీ లేదు, అప్పుడప్పుడు సమయాన్ని వృధా చేస్తున్నందుకు మిమ్మల్ని మీరు నిందించుకోకండి.

చిన్న చిన్న ఆనందాలు పెద్ద కార్యాలు చేయడానికి ఉత్తేజానిస్తాయి.

గురువు గారు దేవుడిని గురించి ప్రచారం చేయడానికి బయలుదేరినప్పుడు ఆయన శిష్యులతో కలిసి నివసించిన ఇల్లు అగ్నికి ఆహుతైంది.

"ఆయన ఈ ఇంటిని మాకు అప్పగించాడు, మేము జాగ్రత్త తీసుకోవడంలో విఫలమయ్యాము" అన్నాడు అతని శిష్యుడు.

వారు వెంటనే ఇంటిని ఆ కాలిపోయిన అవశేషాలతో పునర్నిర్మించడం ప్రారంభించారు.

కానీ వారు ఊహించిన దాని కంటే గురువు గారు త్వరగా తిరిగి వచ్చారు.

జరుగుతున్న పనిని చూసి, ఆయన ఉల్లాసంగా ఇలా అన్నారు:

"అరే కొత్త ఇల్లు! మనం ప్రపంచంలో పైకి వెళ్తున్నాము!"

అయితే దీనిని అవమానంగా భావించిన, శిష్యులలో ఒకరు మనం ఇంతక్రితం ఇక్కడ నివసించిన ఇల్లు అగ్నికి ఆహుతి అయిందని నిజం చెప్పాడు.

"నాకు నువ్వేం చెబుతున్నావో అర్థం కాలేదు, జీవితంపై నమ్మకం వున్న వారు తమ జీవితంలో కొత్త దశని ఆరంభించడము చూస్తున్నాను" అన్నారు గురువుగారు.

తమ వద్ద ఉన్న ఏకైక వస్తువును కోల్పోయిన వారు చాలా మంది వ్యక్తుల కంటే మెరుగైన స్థితిలో ఉంటారు. ఎందుకంటే, ఏమి లేదు కనుక యిప్పటినుండి వారు అందుకున్నది ప్రతీది లాభమే అవుతుంది.

పియానిస్ట్ ఆర్థర్ రూబిన్‌స్టెయిన్ క్లాస్సీ న్యూయార్క్ రెస్టారెంట్ లో భోజనానికి ఆలస్యంగా వచ్చాడు. ఈలోగా అతని స్నేహితులు ఆందోళన చెందడం ప్రారంభించారు, అప్పుడే రూబిన్‌స్టెయిన్, అందగత్తె, తన కంటే ముప్పై ఏళ్లు చిన్నదైన ఒక అద్భుతమైన మహిళతో చెట్టాపట్టాలు వేసుకుని వచ్చాడు.

అతను ఎంతో పిసినారి అయినప్పటికీ, మధ్యాహ్నం భోజనానికి అత్యంత ఖరీదైన వంటకాలు, అరుదైన అత్యంత అధునాతనమైన వైన్స్‌ని ఆర్డర్ చేశాడు. చివర్లో అతను పెదవులపై చిరునవ్వుతో బిల్లు చెల్లించాడు.

"మీరంతా అయోమయంలో పడతారని నాకు తెలుసు," అని రూబిన్‌స్టెయిన్ అన్నాడు,

"కానీ ఈ రోజు నా వీలునామాను రూపొందించడానికి నేను నా లాయర్ దగ్గరికి వెళ్లాను. నేను నా కుమార్తెకు, నా బంధువులకు భారీగా డబ్బు రాసేశాను.

వివిధ స్వచ్ఛంద సంస్థలకు ఉదారంగా విరాళాలు కూడా రాయించేశాను. ఇంతలో అకస్మాత్తుగా ఆ వీలునామాలో నన్ను నేను చేర్చుకోలేదని గ్రహించాను. అంటే నా డబ్బు మొత్తం వేరే వాళ్ళకు వెళ్తుందన్నమాట!

"ఇక నుండి నేను నా విషయంలో మరింత ఉదారంగా ఉండాలని నిర్ణయించుకున్నాను."

గురువుగారు ఇలా అన్నారు

మీరు మీ కలల మార్గాన్ని అనుసరించదలుచుకుంటే, దానికి పూర్తిగా కట్టుబడి ఉండండి. ఏదో ఒక సాకుతో నిష్క్రమణ తలుపును తెరిచి ఉంచవద్దు.

“లేదు, ఇది నేను కోరుకున్నది కాదు.” అనే పదాలు ఓటమికి బీజం వంటివి.

మీరు ఎంచుకున్న మార్గాన్ని స్వీకరించండి, మీరు అప్పుడప్పుడూ పొరపాట్లు చేసినా, బాగా చేయగలరని తెలిసినా, ఇప్పుడు చేయగలిగినదాన్ని అంగీకరిస్తే, వర్తమానంలో, భవిష్యత్తులో మెరుగుపడటం ఖాయం, కానీ భవిష్యత్తులో మీ పరిమితులను తిరస్కరించి నట్లయితే, మీరు వాటి నుండి ఎప్పటికీ విముక్తి పొందలేరు.

మీ ప్రయాణాన్ని ధైర్యంగా కొనసాగించండి. ఇతరుల విమర్శలకు భయపడవద్దు. అన్నింటికంటే మించి, మీ స్వంత విమర్శల ద్వారా మిమ్మల్ని మీరు తక్కువ చేసుకుని కుచించుకు పోవద్దు.

దేవుడు ప్రేమతో తుడిచేస్తాడు. మీరు దాచిన కన్నీళ్లను ప్రేమతో మాయంచేస్తాడు.

దేవుడే ధైర్యవంతులకి అండగా వుంటాడు.

గురువుగారు తన శిష్యులను, అందరికీ తినడానికి ఆహారాన్ని వెతికి తీసుకురమ్మని పురమాయించారు. అందరూ ప్రయాణం చేసిఉన్నారు కాబట్టి వారు తమ కోసం వంట చేసుకునే పరిస్థితిలో లేరు.

సంధ్యాకాలం కావడంతో శిష్యులు తిరిగి వచ్చారు. ప్రతి ఒక్కరు ఇతరుల దానధర్మం నుండి పొందగలిగినంత ఆహారాన్ని తెచ్చారు: కుళ్ళిన పండ్లు, ఎండిపోయిన రొట్టె, పుల్లని వైన్.

అయితే, శిష్యులలో ఒకరు పండిన యాపిల్స్‌ను ఒక సంచినిండా తెచ్చాడు. అతను ఆ ఆపిల్ పండ్లను అందరికి పంచిపెడ్తూ, నా సోదరులకు, చేయగలిగినంత సాయంచేసాను" అన్నాడు.

"ఇవి ఎక్కడినుండి తెచ్చావు," అని అడిగారు గురువు గారు.

"వాటిని దొంగిలించవలసి వచ్చింది" అని శిష్యుడు చెప్పాడు.

"మేము దేవుని గురించి బోధిస్తున్నామని చెప్పినప్పటికీ, నేను కలిసిన వ్యక్తులు నాకు పాడైపోయిన ఆహారపదార్థాలనే ఇచ్చారు." అన్నాడు శిష్యుడు.

"సరే, నువ్వు నీ యాపిల్స్ తీసుకొని వెళ్లిపోవచ్చు. ఎప్పటికీ వెనక్కి రాకు," అన్నారు గురువు గారు.

"నా కోసం దొంగిలించే ఎవరైనా నా నుండి ఏమీ తీసుకోలేరు. అది అక్కడితో అంతం అవుతుంది." అన్నారు గురువు గారు.

పాలో కొయిలో

మన కలలు, ఆదర్శాల కోసం మనము ఈ ప్రపంచంలోకి అడుగు పెట్టాము. మనం తరచుగా సులభంగా అందుబాటులో ఉన్న వస్తువులను అందుబాటులో లేని ప్రదేశాలలో ఉంచుతాము. మన తప్పును మనం గ్రహించినప్పుడు, ఎల్లప్పుడూ ఎక్కడెక్కడో దూరంగా వున్న స్థలాలలో అందుబాటులో ఉన్న వాటి కోసం, వెతికి మన సమయాన్ని వృథా చేసుకున్నట్లు అనిపిస్తుంది. మనం చేసిన తప్పులకు, వృథాగా వెతికినందుకు, మనకి కలిగిన బాధకి మనని మనం నిందించుకుంటాం.

గురువుగారు ఇలా అన్నారు

నిధిని మీ ఇంట్లోనే పాతిపెట్టినా, మీరు చాలా దూరం వెళ్ళినప్పుడు మాత్రమే దానిని కనుగొంటారు.

యేసును తిరస్కరించడం వల్ల కలిగే బాధ పీటర్ అనుభవించక పోయినట్లయితే అతను చర్చి ఫాదర్‌గా ఎంపిక అయి ఉండేవాడే కాదు. తప్పిపోయిన కొడుకు అన్నింటినీ విడిచి పెట్టకపోతే, అతని తండ్రి అతని పునరాగమనాన్ని విందుతో జరుపుకునేవాడు కాదు.

మన జీవితంలో కొన్ని విషయాలు ఉన్నాయి, దానిపై ఇలా రాసి ఉంటుంది: "నన్ను పోగొట్టుకున్నప్పుడు మాత్రమే నా విలువను మీరు అర్థం చేసుకుంటారు. నన్ను మళ్లీ కనుగొంటారు."

అలాగని ప్రయాణాన్ని కుదించుకోవాలని ప్రయత్నించడంలో అర్థం లేదు.

గురువు తన అభిమాన శిష్యుడిని కలుసుకుని, ఆధ్యాత్మిక జీవితంలోఎలా పురోగమిస్తున్నావని అడిగాడు. శిష్యుడు సమాధానమిస్తూ,

తన ప్రతి క్షణాన్ని దేవుడికి కేటాయిస్తున్నానని చెప్పాడు.

"అంటే ఇక శత్రువులను క్షమించడమే మిగిలి ఉందన్నమాట," అన్నాడు గురువు.

శిష్యుడు అతని వైపు తిరిగి, ఆశ్చర్యంతో ఇలా అన్నాడు:

"కానీ నాకు అవసరం లేదు. నా శత్రువులపై నాకు కోపం లేదు."

"దేవుడు నీపై కోపంగా ఉన్నాడని అనుకుంటున్నావా?" అడిగాడు గురువుగారు.

"అస్సలు కానే కాదు!" అన్నాడు శిష్యుడు.

"అయినా నువ్వు దేవుడిని క్షమాపణ అడుగుతావా లేదా?"

మీరు ద్వేషించకపోయినా, మీ శత్రువులతో కూడా అలాగే చేయండి.

వారిని క్షమించడం ద్వారా, మీరు మీ హృదయాన్నిపరిశుభ్రం చేసుకుని పరిమళభరితం చేసుకుంటారు.

టౌలోన్ ముట్టడిలో భయంకరమైన బాంబు పేలుళ్ల సమయంలో యువ నెపోలియన్ చిగురుటాకులా వణుకుతున్నాడు.

ఒక సైనికుడు దీనిని చూసి, తన సహచరులతో ఇలా అన్నాడు:

"చూడండి, అతను బాగా భయపడ్తున్నాడు!"

"అవును," అన్నాడు నెపోలియన్, "కానీ నేను ఎలాగోలా పోరాడుతూనే ఉన్నాను. నేను పడుతున్న భయంలో సగం నువ్వు భయపడి ఉంటే చాలా కాలం క్రితమే నువ్వు పారిపోయి ఉండేవాడివి."

గురువుగారు ఇలా అన్నారు

భయం పిరికితనానికి సంకేతం కాదు. భయమే మనల్ని ప్రతి పరిస్థితిలో ధైర్యంగా, గౌరవంగా వ్యవహరించేలా అనుమతిస్తుంది.

ఎవరైనా భయంవేసినా కూడా ముందుకు సాగిపోతూ అతని ధైర్యాన్ని రుజువు చేసుకోవచ్చు. ఎవరైతే ఏమాత్రం ప్రమాదంగురించి తెలుసుకోక, ప్రమాద పరిస్థితుల్లో చిక్కుకుంటారో వాళ్ళు బాధ్యతరహితంగా వ్యవహరించినట్టే.

స్టాల్స్, షూటింగ్ గ్యాలరీలు, ఇంట్లో తయారుచేసిన ఆహారాలు వున్న సెయింట్ జాన్స్ ఫీస్ట్–డే వేడుకకు యాత్రికుడు హాజరవుతున్నాడు.

అకస్మాత్తుగా ఒక విదూషకుడు అతని ప్రతి సంజ్ఞను అనుకరించడం ప్రారంభించాడు. ఇతర వ్యక్తులు నవ్వుతున్నారు, అలాగే యాత్రికుడు కూడా నవ్వాడు. చివరికి, అతను విదూషకుడిని తనతో కాఫీ తాగమని ఆహ్వానించాడు. “జీవితంలో మీకుగా మీరు చొరవ తీసుకోండి”. మీరు సజీవంగా ఉన్నట్లయితే, మీరు మీ చేతులను ఊపుతూ, పైకి క్రిందికి దూకాలి, శబ్దం చేయాలి, నవ్వాలి, ప్రజలతో మాట్లాడాలి, ఎందుకంటే జీవితం అనేది మరణానికి ఖచ్చితంగా వ్యతిరేకమైనది. చనిపోవడం అంటే ఎప్పటికీ అదే స్థితిలో ఉండటం. మీరు చాలా నిశ్చలంగా ఉన్నారు అంటే మీరు పూర్తిగా జీవించి లేరు అని అర్థం” అని విదూషకుడు చెప్పాడు.

పాలో కొయిలో

ఒక శక్తివంతమైన రాజు తనను వెన్నునొప్పినుండి విముక్తి చేయడానికి ఎటువంటి నొప్పుల నైనా తగ్గించే శక్తి గల మహనీయుడైన ఫాదర్‌ను పిలిపించాడు.

"దేవుడు మనకు సహాయం చేస్తాడు," అని ఆ ఫాదర్ చెప్పాడు. "అయితే మొదట మనం నొప్పికి కారణాన్ని అర్థం చేసుకోవాలి. దానిని మనం అంగీకరించడం ద్వారా మన సమస్యలను ఎదుర్కొనే శక్తి వస్తుంది. అదే మనలను అనేక విషయాల నుండి విముక్తి చేస్తుంది అన్నాడు.

ఆ ఫాదర్, రాజును అతని జీవితం గురించి ప్రశ్నించడం ప్రారంభించాడు. అతను తన తోటి మనిషితో ప్రవర్తించిన విధానం నుండి చక్రవర్తిగా ఉండటానికి పడిన ఆందోళనలు, కష్టాల వరకు అడిగాడు. ఈ సమస్యలన్నిటి గురించి ఆలోచిస్తుంటే రాజుకు విసుగు పుట్టింది. ఫాదర్ వైపు తిరిగి, అతను ఇలా అన్నాడు:

"నేను అలాంటి విషయాల గురించి మాట్లాడటానికి ఇష్టపడను. దయచేసి, ఏ ప్రశ్నలు అడగకుండా నాకు నయం చేయగల వ్యక్తిని తీసుకురండి."

ఫాదర్ వెళ్లి అరగంట తరువాత మరొక వ్యక్తితో తిరిగి వచ్చాడు.

"ఇతను మీకు అవసరమైన వ్యక్తి, నా స్నేహితుడు పశువైద్యుడు. అతను సాధారణంగా తన రోగులతో మాట్లాడడు" అని అన్నాడు.

ఒకరోజు ఉదయం, శిష్యుడు, గురువు గ్రామీణ ప్రాంతంలో నడుస్తున్నారు. శిష్యుడు తన గురువును శుద్ధి చేసిన ఆహారాన్ని చెప్పమని అడిగాడు, ఆహారాలన్నీ పవిత్రమైనవేనని గురువు గారు ఎంత నొక్కిచెప్పినా, శిష్యుడు అతనిని నమ్మలేదు.

"కొన్ని ఆహార పదార్థాలు మనని దేవుడి దగ్గరకు చేరుస్తాయి" శిష్యుడు అన్నాడు.

"మీరు చెప్పింది నిజమే కావచ్చు. ఉదాహరణకు అక్కడ ఉన్న ఆ పుట్టగొడుగులు, అన్నాడు గురువుగారు.

తనకి శుద్ధి పారవశ్యాన్ని తెచ్చేది పుట్టగొడుగులా అనుకుంటూ శిష్యుడు ఉద్వేగానికి లోనయ్యాడు.

అయితే, అతను వాటిని మరింత దగ్గరగా చూసినప్పుడు, అరుస్తూ "అవి విషపూరిత పుట్టగొడుగులు! నేను వాటిలో ఒకటి తింటే, ఒక గంటలో చనిపోతాను!" అన్నాడు.

"సరే, దేవునికి ఆహారం ద్వారా దగ్గరవ్వడానికి నాకు తెలిసిన ఏకైక మార్గం అదే" అన్నారు గురువుగారు.

పాలో కొయిలో

1981 శీతాకాలంలో ప్రేగ్ వీధుల గుండా, యాత్రికుడు, అతని భార్య నడుస్తున్నారు.

అలా వెళ్తూ వారు తన చుట్టుపక్కల ఉన్న భవనాల డ్రాయింగ్‌లను తయారు చేస్తున్నఒక యువకుడిని చూసారు. యాత్రికుడు ఆ డ్రాయింగ్‌లలో ఒకదాన్ని ఇష్టపడి దానిని కొనుగోలు చేయాలని నిర్ణయించుకున్నాడు.

అతనికి డబ్బులు ఇస్తున్నప్పుడు, బయట 23°ఫారన్ హీట్ ఉన్నప్పటికీ ఆ యువకుడు చేతి తొడుగులు ధరించక పోవడాన్నిగమనించాడు.

"మీరు చేతి తొడుగులు ఎందుకు ధరించలేదు?" అని యువకుడిని అడిగాడు.

"చేతి తొడుగులు ధరించలేదు కాబట్టే నేను పెన్సిల్ పట్టుకోగలను." అన్నాడు యువకుడు.

వారు ప్రేగ్ గురించి కొంచెంసేపు మాట్లాడుకున్నారు. యాత్రికుడి భార్య చిత్రాన్ని ఉచితంగా వేసి యిస్తానాన్నడు యువకుడు.

అప్పుడు యాత్రికుడు ఒక ఆశ్చర్యకరమైన విషయాన్ని గమనించడం జరిగింది; ఒకరి భాష మరొకరికి తెలియకపోయినా వారు దాదాపు ఐదు నిమిషాల నుండి మాట్లాడుతున్నారు.

వారు ముఖ కవళికలు సంజ్ఞలు, చిరునవ్వులు మాత్రమే ఉపయోగించి కమ్యూనికేట్ చేసుకున్నారు.

దాని అర్థం, ఏదో పంచుకోవాలనే కోరికతో పదాలు లేని భాషా ప్రపంచంలోకి ప్రవేశించారు.

ఒక స్నేహితుడు హస్సమ్‌ను మసీదు తలుపు వద్దకు తీసుకెళ్లాడు, అక్కడ ఒక గుడ్డివాడు భిక్ష అడుక్కుంటున్నాడు.

"ఈ అంధుడు దేశంలోనే తెలివైనవాడు" అని అతను చెప్పాడు.

"మీరెంతకాలం నుండి అంధుడిగా ఉన్నారు?" అడిగాడు హాసం.

"పుట్టినప్పటి నుండి," అన్నాడు ఆ వ్యక్తి.

"మరి మీకు ఇంత జ్ఞానం ఎలా వచ్చింది?"

"నా అంధత్వాన్ని అంగీకరించడానికి నిరాకరించి, ఖగోళ శాస్త్రవేత్తగా ఉండటానికి ప్రయత్నించాను. నేను ఆకాశాన్ని చూడలేను కాబట్టి, నక్షత్రాలు, సూర్యుడు, అన్ని పాలపుంతలను ఊహించాను. దేవుని పనికి దగ్గరయే కొద్ది దేవుడి జ్ఞానానికి కూడా దగ్గరయ్యాను." అని అన్నారు ఆ వ్యక్తి.

పాలో కొయిలో

"స్పెయిన్‌లోని ఒక రిమోట్ బార్‌లో, ఒలైట్ అనే పట్టణానికి సమీపంలో, దాని యజమాని ఇలా రాసాడు:

"నేను అన్ని సమాధానాలను కనుగొనగలిగినప్పుడు, వారు అన్ని ప్రశ్నలను మార్చారు."

గురువుగారు ఇలా అన్నారు

మనము ఎల్లప్పుడూ సమాధానాలను కనుగొనడంలో బిజీగా ఉంటాము. మనము జీవితం యొక్క పరమార్థాన్ని అర్థం చేసుకోవడంలో సమాధానాలను ముఖ్యమైనవిగా పరిగణిస్తాము. జీవితాన్ని సంపూర్ణంగా జీవించడం, కాలమే అర్థం చెప్పేవరకు వేచి వుండడం ముఖ్యం. మనం చాలా కష్టపడి అర్థాన్ని కనుగొనడానికి ప్రయత్నిస్తే, ప్రకృతిని దాని పనిని చేయడానికి అనుమతించకుండా దేవుని సూచనలను అర్థం చేసుకుకోవడంలో అసమర్థులం అవుతాము.

మాగస్ తన ముగ్గురు సోదరీమణులతో కలిసి తిరిగి తిరిగి బయటకు వెళ్లాడు. వారు అలా నడుస్తూ ఆనాటి అత్యంత ప్రసిద్ధ యోధుడిని కలిశారు. దీనికి సంబంధించి ఒక ఆస్ట్రేలియన్ కథ ఉంది.

"ఈ ముగ్గురిలో ఒకరిని వివాహం చేసుకుంటాను", అన్నాడు యోధుడు.

"ఒకరికి వివాహం అయితే మిగిలిన ఇద్దరు బాధ పడతారు. ముగ్గురు భార్యలను కలిగి ఉండే యోధులు గల ఒక తెగ కోసం వెతుకుతున్నాను, "మాగస్ నడుస్తూ అన్నాడు.

కొన్ని సంవత్సరాలపాటు, అతను ఆస్ట్రేలియా ఖండం మొత్తం ప్రయాణించాడు.

కానీ అలాంటి తెగ దొరకలేదు.

సోదరీమణులు వృద్ధాప్యంలోకి అడుగు పెట్టి నడకతో అలసిపోయినప్పుడు "కనీసం మనలో ఒకరికి వివాహమయినా ఆ ఒక్కరైనా సంతోషంగా ఉండేవాళ్లు" అని వారిలో ఒకరు అన్నారు.

"నేను తప్పు చేసాను, ఇప్పుడు చాలా ఆలస్యం అయింది" అని మాగస్ చెప్పాడు.

అతను తన ముగ్గురు సోదరీమణుల శిలా విగ్రహాలని తయారుచేసారు.

ఒకరు ఆనందపడ్తున్నారంటే వేరేవాళ్ళు బాధపడ్తున్నట్టు కాదని ఆవిగ్రహాలు చూసిన వారు అర్థం చేసుకుంటారనుకున్నాడు.

జర్నలిస్ట్ వాగ్నర్ కారెల్లి అర్జెంటీనాకు చెందిన రచయిత జార్జ్ లూయిస్ బోర్జెస్ ని ఇంటర్వ్యూ చేయడానికి వెళ్ళాడు.

ఇంటర్వ్యూ ముగింపులో పదాలకు అతీతంగా మానవులమైన మనం ఒకరినొకరు అర్థం చేసుకోగల సామర్థ్యం గల భాష గురించి వారు మాట్లాడుకోసాగారు.

"నేను మీకు ఒక ఉదాహరణ చెప్తాను," బోర్గెస్ అన్నాడు.

అతను ఒక వింత భాషలో ఏదో చెప్పడం ప్రారంభించాడు.

అతను పూర్తి చేసిన తర్వాత, అర్థం అయిందా అని అడిగాడు.

కారెల్లి స్పందించకముందే, అతనితో ఉన్న ఫోటోగ్రాఫర్ "ఇది ప్రభువు ప్రార్థన." అన్నాడు.

"మీరు చెప్పింది సరైనదే, నేను ఫినిష్ భాషలో చెప్పాను." బోర్గెస్ అన్నాడు.

ఒక సర్కస్ శిక్షకుడు ఏనుగును బందీగా ఉంచడానికి చాలా సులభమైన ఉపాయం తెలుసుకున్నాడు.

ఏనుగు శిశువుగా ఉన్నప్పుడు, శిక్షకుడు దాని కాళ్ళలో ఒకదానిని మందపాటి చెట్టు బోదెకు కట్టివేసాడు.

ఎంత ప్రయత్నించినా పిల్ల ఏనుగు తనను తాను విడిపించుకోలేదు.

క్రమంగా అది చెట్టు బోదె చాలా బలమైనదనే ఆలోచనకు అలవాటుపడుతుంది. అది పూర్తిగా ఎదిగి, అపారమైన బలాన్ని పొందినప్పుడు, ఏనుగును సన్నని కర్రకు మాత్రమే కడ్తాడు. అది ఎప్పటికీ విడిపోవడానికి ప్రయత్నించదు ఎందుకంటే చిన్నప్పుడు ఎంతో ప్రయత్నించి విఫలమైన విషయం దాని మనస్సులో బాగా నాటుకుని పోయి ఉంటుంది.

మన కాళ్ళు సహజంగా నాజూకుగా ఉండే వాటితో ముడిపడి ఉన్నాయి, ఎందుకంటే మనం చిన్నతనం నుండి ఒక చెట్టు బోదెకు బందీలుగా వుండడానికి అలవాటు పడిపోయాం.

తెలియకుండా కూడా దానినుండి విడిపోవడానికి ప్రయత్నించం.

మనం స్వేచ్ఛని అందుకోవటం అంటే ఒకే ఒక తెగింపు అవసరమని గ్రహించం.

పాలో కొయిలో

దేవుడ్ని గురించి వివరంగా చెప్పమని ఎవరినైనా అడగడం అర్థం లేని విషయం. ఎందుకంటే మనం అడిగాము కదా అని ఎదుటి వారు ఇష్టపడే అన్ని అందమైన పదాలు చెప్పగలరు, అవి కేవలం పదాలు మాత్రమే. అలాగే ప్రేమ గురించి మొత్తం ఎన్సైక్లోపీడియాను చదివినప్పటికీ ఒకరిని ప్రేమించడం అంటే ఏమిటో ఎప్పటికీ తెలియదు.

గురువుగారు ఇలా అన్నారు

దేవుడు ఉన్నాడు లేదా లేడని ఎవరూ నిరూపించలేరు. జీవితంలోని కొన్ని విషయాలు అనుభవించలేనట్టివి వివరించలేం.

అలాంటి వాటిలో ప్రేమ ఒకటి. దేవుడు అంటే ప్రేమ అది మరొక విషయం.

విశ్వాసం అనేది మాయా కోణంలో ఒక చిన్న అనుభవం, యేసు మనకు బోధించాడు: “దేవుని రాజ్యం పిల్లలకు చెందినది.”

దేవుడు మీ తల ద్వారా ఎన్నటికీ ప్రవేశించడు. అతను ఉపయోగించే తలుపు మీ హృదయం.

అబ్బాట్ జోవో పెక్వెనో గురించి ఫాదర్ అబాట్ చెబుతూ ఉండేవాడు, అతను ప్రలోభాల గురించి చింతించాల్సిన అవసరం లేదు, ఎందుకంటే అతను ఎంతగానో ప్రార్థించాడు, ఇప్పటికే ప్రలోభాలని అధిగమించాడు. ఫాదర్ అబ్బాట్ మాటలు సెటిస్ ఆశ్రమంలో తెలివైన సన్యాసులలో ఒకరి చెవిన పడ్డాయి, రాత్రి భోజనం తర్వాత తన వద్దకు రావాలని కొత్తవారిని పిలిచారు.

"అబాట్ జోవోకు ఇకపై ఎలాంటి ప్రలోభాలు ఉండవని మీరందరూ విన్నారు గదా".

అయితే, పోరాడటానికి ఏమీ లేకపోవడం ఆత్మను బలహీనపరుస్తుంది. అబాట్ జోవోకు నిజంగా శక్తివంతమైన ప్రలోభాన్ని పంపమని భగవంతుడిని ప్రార్థిద్దాం, అతను ఆ ప్రలోభాన్ని అధిగమిస్తే, అతనికి ఒకదాని తర్వాత మరొకదాన్ని పంపుతూనే ఉండమని దేవుడిని వేడుకుందాం. అతను మరోసారి ఆ ప్రలోభాలకు వ్యతిరేకంగా పోరాడుతున్నప్పుడు, 'ప్రభూ, ఆ దయ్యాన్ని తరిమివేయండి. అని ఇంకెప్పుడూ చెప్పకూడదని అందుకు బదులుగా 'ప్రభూ, చెడును ఎదుర్కొనేందుకు నాకు శక్తిని ప్రసాదించు, అని అతను ప్రార్థించాలని మనం దేవుడ్ని ప్రార్థిద్దాం." అన్నాడు.

ప్రతిరోజు, సంధ్యాసమయాన్ని స్పష్టంగా చూడటం కష్టంగా ఉంటుంది. పగలు, రాత్రి కలిసినప్పుడు, ఏదీ పూర్తిగా స్పష్టంగా లేదా పూర్తిగా చీకటిగా ఉండదు. చాలా ఆధ్యాత్మిక సంప్రదాయాలలో, ఈ సమయం పవిత్రమైనదిగా పరిగణించబడుతుంది.

కాథలిక్ సంప్రదాయం ప్రకారం మనం సాయంత్రం ఆరు గంటలకు అవే మరియా అని చెప్పాలి. క్వెచువా సంప్రదాయం ప్రకారం, మనం మధ్యాహ్నం స్నేహితుడిని కలుసుకుని, సంధ్యా సమయం వరకు అతనితో ఉంటే, మనం మళ్లీ ప్రారంభిస్తూ, "శుభ సాయంత్రం" అని చెప్పాలి.

సంధ్యా సమయంలో, గ్రహం, మానవత్వం యొక్క సమతౌల్యం పరీక్షించబడుతుంది. భూమికి తిరుగుతూనే ఉండే ధైర్యం ఉందో లేదో చూడడానికి భగవంతుడు చీకటిని, వెలుతురును మిళితం చేస్తాడు.

భూమి చీకటికి భయపడకపోతే, రాత్రి గడిచిపోతుంది, కొత్త సూర్యుడు ఉదయిస్తాడు.

మక్తుబ్

జర్మన్ తత్వవేత్త ఆర్థర్ స్కోపెన్‌హార్ డ్రెస్డెన్‌లోని ఒక వీధి గుండా నడుచుకుంటూ వెళ్తున్నాడు, తనను ఇబ్బంది పెడుతున్న ప్రశ్నలకు సమాధానాలు వెతుకుతున్నాడు. అకస్మాత్తుగా, ఒక తోటను చూశాడు పువ్వుల గురించి ఆలోచిస్తూ కొన్ని గంటలు గడపాలని నిర్ణయించుకున్నాడు.

ఆర్థర్ యొక్క వింత ప్రవర్తనను గమనించిన దగ్గరలో నివసించే వారిలో ఒకరు పోలీసులకు ఫోన్ చేశారు. కొన్నినిమిషాల తర్వాత, ఒక పోలీసు స్కోపెన్‌హార్ వద్దకు వెళ్లి కఠినంగా అడిగాడు:

"ఎవరు నువ్వు?"

స్కోపెన్‌హార్ ఆ వ్యక్తిని పైకి క్రిందికి చూస్తూ ఇలా జవాబిచ్చాడు:

"ఆ ప్రశ్నకు మీరు నాకు సమాధానం చెప్పగలిగితే, నేను ఎప్పటికీ మీకు కృతజ్ఞుడనై ఉంటాను."

పాలో కొయిలో

జ్ఞానం కోసం వెతుకుతున్న ఒక వ్యక్తి పర్వతాలలోకి వెళ్లాలని నిర్ణయించుకున్నాడు. ఎందుకంటే ప్రతి రెండు సంవత్సరాలకు ఒకసారి దేవుడు అక్కడ ప్రత్యక్షమవుతాడని అతను విన్నాడు.

మొదటి సంవత్సరం, అతను అక్కడ భూమి మీద దొరికే ఆహారపదార్థాలన్నీ తిన్నాడు.

చివరకు, అక్కడ తినడానికి ఏమీ లేకపోయేటప్పటికి అతను తిరిగి నగరానికి వెళ్ళవలసి వచ్చింది.

"దేవుడు చాలా అన్యాయమైనవాడు. అతని గొంతు వినడానికి వేచి ఉన్న నన్ను అక్కడ చూడలేదా? ఇప్పుడు నేను ఆకలితో ఉన్నాను. అతని గొంతు వినకుండా నగరానికి తిరిగి వెళ్ళాల్సి వస్తోంది." అని అరిచాడు.

ఆ సమయంలో ఒక దేవదూత ప్రత్యక్షమయ్యాడు.

"దేవుడు నిజంగా నీతో మాట్లాడాలనుకుంటున్నాడు, అతను ఒక సంవత్సరం మొత్తం నీకు ఆహారం ఇచ్చింది ఎందుకంటే, నువ్వు మొక్కలని నాటి, నీ ఆహారాన్ని నువ్వే తయారు చేసుకుంటావు అని ఆశించాడు, కానీ నువ్వు ఏం చేశావు? ఒక మనిషి తను నివసిస్తున్న స్థలంలో ఆహారాన్ని ఉత్పత్తి చేయలేకపోతే అతను స్పష్టంగా దేవునితో మాట్లాడ లేడు." అన్నాడు.

మనము ఇలా అనుకుంటాము: "మన స్వేచ్ఛ అనేది మన నిర్దిష్టమైన బానిసత్వాన్ని ఎన్నుకోవడంలో ఉన్నట్లు అనిపిస్తుంది". రోజుకు ఎనిమిది గంటలు పని చేస్తాను, పదోన్నతి పొందినట్లయితే, రోజుకు పన్నెండు గంటలు పని చేస్తాను. కానీ ఇప్పుడు నాకోసం నాకు సమయం లేదు అని భగవంతుడిని ప్రార్థించాను. సేవలు, సామూహిక కార్యక్రమాలు, మతపరమైన వేడుకలకు హాజరు కావాల్సిన అవసరం ఉంది. జీవితంలో ముఖ్యమైనది-ప్రేమ, పని, విశ్వాసం – వీటితో చాలా భారంగా గడుస్తోంది.

గురువుగారు ఇలా అన్నారు

ప్రేమ మాత్రమే మనల్ని తప్పించుకోవడానికి అనుమతిస్తుంది. మన స్వేచ్ఛతో మనం చేసే పనిని మాత్రమే ప్రేమించండి. మనం ప్రేమించలేకపోతే, మనం కూడా అక్కడే ఆగిపోవచ్చు.

యేసు ఇలా అన్నాడు: "నీ కన్ను పాపానికి కారణమైతే, దానిని తీసివేసి, అవతల పారవేయండి. రెండు కళ్లూ ఉండి నరకంలోని అగ్నిలో పడడం కంటే ఒకే కన్నుతో జీవించడం మేలు." కఠినమైన మాటలే, కానీ నిజమేగా.

పాలో కొయిలో

ఒక సన్యాసి ఒక సంవత్సరం మొత్తం ఉపవాసం ఉండి, వారానికి ఒకసారి మాత్రమే ఆహారం తీసుకునేవాడు. అలా చేసిన తరువాత, అతను తనకు బైబిల్ లోని ఒక నిర్దిష్ట భాగం అసలు అర్థం తెలియ చేయమని దేవుడిని కోరాడు.

అతనికి సమాధానం రాలేదు.

"ఎంత సమయం వృధా చేసుకున్నాను," అనుకున్నాడు సన్యాసి. "నేను ఎంతో త్యాగం చేసాను.

దేవుడు సమాధానం చెప్పడానికి కూడా ఇష్టపడడం లేదు. నేను ఈ ప్రాంతం వదిలి మరొక సన్యాసిని కనుగొనడం మంచిది. అతనికి ఈ వాక్యం యొక్క అర్థం తెలిసి ఉండవచ్చు."

ఇలా అనుకుంటున్న సమయంలో, ఒక దేవదూత కనిపించి ఇలా అన్నాడు:

"ఆ పన్నెండు నెలల ఉపవాసం నిన్ను నువ్వు ఇతరులకన్నా గొప్పవాడివని నమ్మేలా తయారు చేయడానికే ఉపయోగపడింది. ఎందుకూ కొరగాని వారి మాటలు దేవుడు వినడు.

కానీ మీరు వినయంగా ఉన్నారని పరిగణించిన సమయంలో సహాయం కోసం మరొకరిని అడగాలని మీరు అనుకుంటున్నందున, దేవుడు నన్ను పంపాడు.

సన్యాసి ఏమి తెలుసుకోవాలనుకుంటున్నాడో దానిని దేవదూత తెలియచేశాడు.

గురువు గారు ఇలా అన్నారు

కొన్ని పదాలు వాటి నిజమైన అర్థం వ్యక్తం చేయడానికి ఎలా రూపొందించ బడ్డాయో గమనించండి.

"ప్రీఆక్యుపేషన్" అనే ఇంగ్లీష్ పదాన్ని తీసుకొని దానిని రెండుగా విభజించండి: ప్రీ అంటే ముందుగా లేదా "పూర్వ" ఆకుపేషన్ ఆక్రమణ లేదా "వృత్తి." మీ మనస్సును ఆక్రమించడం లేదా ఇంతకు ముందు నిజంగా జరిగినదాని గురించి చింతించడం అని అర్థం.

ఈ మొత్తం విశ్వంలో ఏదైనా జరగనిదాని గురించి ఎవరు ఆందోళన చెందుతారు?

అటువంటి పూర్వపు చింతనలనన్నింటినీ విస్మరించండి. మీలక్ష్యంపై, మీ మార్గంపై దృష్టి కేంద్రీకరించండి.

మీకు ఇవ్వబడిన కాంతి ఖడ్గాన్ని ప్రయోగించడానికి అవసరమైన ప్రతిదాన్ని నేర్చుకోండి.

స్నేహితులు, గురువులు, శత్రువులు వారి పోరాట పద్ధతులను గమనించండి.

కఠినంగా శిక్షణ పొందండి. కానీ నీచాతి నీచమైన తప్పులు చేయవద్దు.

అప్పుడు మీ ప్రత్యర్థి తదుపరి కదలిక ఏమిటో మీకు తెలుసని నమ్ముతారు.

మీకు వారంలో చదవడానికి సమయం ఉండదు కాబట్టి శుక్రవారం రోజు మీరు ఇంటికి రాగానే వార్తాపత్రికలను చేతిలోకి తీసుకుంటారు.

మీరు టీవీని మ్యూట్‌లో ఉంచి, సీడీని ప్లే చేస్తారు. పేపర్‌లలో ఒక పేజీ తర్వాత ఒక పేజీని తిప్పుతున్నప్పుడు గుర్తు కోసం ఏదో ఒక పేజీ వద్ద చిన్న పేపరు ముక్కను పెట్టి, సంగీతాన్ని వినడానికి మీరు ఒక ఛానెల్ నుండి మరో ఛానెల్‌కు మార్చడానికి రిమోట్ కంట్రోల్‌ని ఉపయోగిస్తారు. వార్తాపత్రికలు మీకు కొత్తగా ఏమీ చెప్పలేదు, టీవీలు కార్యక్రమాలు మళ్లీ మళ్లీ పునరావృతం చేస్తాయి. అలాగే మీరు ఆ సీడీలని కూడా కొన్నిడజన్ల సార్లు విని ఉంటారు.

మీ భార్య పిల్లలను చూసుకుంటూ ఉంటుంది. అసలు తన యవ్వనంలోని అధిక భాగాన్ని ఎందుకు త్యాగం చేస్తోందో కూడా అర్థం చేసుకోదు.

ఒక సాకు మీ బుర్రలోకి వస్తుంది. "సరే, జీవితం అంటే ఇదే" లేదు, జీవితం అంటే ఇది కాదు. జీవితం అంటే ఉత్సాహం. మీరు మీ ఉత్సాహాన్ని ఎక్కడ దాచుకున్నారో కనుగొనండి. మీ భార్యను, మీ పిల్లలను ఇంకా ఆలస్యం కాకముందే వెంట పెట్టుకు వెళ్లండి. ప్రేమ ఎవరినీ తన కలలను అనుసరించకుండా ఆపలేదు.

క్రిస్మస్ పండుగ నాడు, యాత్రికుడు అతని భార్య లాభనష్టాలను బేరీజు వేసుకుంటున్నారు.

ఈ సంవత్సరం ఇక ముగింపుకి వస్తోంది. అతని భార్య రెస్టారెంట్‌ని అలంకరించిన క్రిస్మస్ చెట్టు వైపు చూస్తూ ఉంది. పైరినీస్‌లోని ఒక గ్రామంలోని ఏకైక రెస్టారెంట్‌లో వారు రాత్రి భోజనం చేస్తున్నారు. యాత్రికుడు తను కోరుకున్న విధంగా జరుగలేదంటూ ఏదో ఫిర్యాదు చేయడం ప్రారంభించాడు. తను చెప్పేదానిని ఆమె ఆసక్తిగా వినడం లేదని భావించి విషయాన్ని మార్చాడు.

"అందమైన లైట్లు" అన్నాడు.

"కానీ మీరు నిశితంగా పరిశీలిస్తే, ఆ డజన్ల కొద్దీ లైట్ల మధ్యలో, ఒకటి కాలిపోయింది. గత సంవత్సరాన్ని డజన్ల కొద్దీ ప్రకాశవంతమైన లైట్లుగా చూసే బదులు, ఇప్పుడు మీరు వెలగని బల్బుని ఒక్కదానిని మాత్రమే చూస్తున్నారని నాకు అనిపిస్తోంది." అవునా అని అతని భార్య అడిగింది.

“ఆ వినయంగల మహానీయుడు వీధిలో నడుస్తున్నట్లు మీరు చూస్తున్నారా?” అని ఒక దెయ్యం మరొకరితో చెప్పింది. “సరే, నేను వెళ్లి అతని ఆత్మను గెలుచుకోబోతున్నాను.”

“అతను వినడు ఎందుకంటే అతను పవిత్రమైన విషయాలపై మాత్రమే ఆసక్తి కలిగి ఉన్నాడు,” అని దెయ్యం సహచరుడు చెప్పాడు.

కానీ జిత్తులమారి దెయ్యం దేవదూత అవతారం ధరించాడు. అతని ముందు ప్రత్యక్షమయ్యాడు.

“నేను మీకు సహాయం చేయడానికి వచ్చాను,” అని అతను చెప్పాడు.

“మీరు నన్ను వేరే వారనుకుని పొరపాటు పడ్డారనుకుంటున్నాను,” “నేను నా జీవితంలో ఎన్నడూ దేవదూత సందర్శించే విధంగా ఏమీ చేయలేదు.” అని అతను సమాధానం చెప్పాడు.

అతను తను తప్పించుకున్న ప్రమాదం గురించి తెలియకుండానే తన దారిన తాను వెళ్ళాడు.

జర్నలిస్ట్ ఏంజెలా పొంచువల్ బ్రాడ్‌వేలో ఒక ప్రదర్శనను చూడటానికి వెళ్లారు.

ఇంటర్వెల్ సమయంలో, ఆమె విస్కీ కోసం బార్‌కి వెళ్లింది. ఆ ప్రదేశం అంతా ధూమపానం, మాట్లాడేవారు, మద్యపానం చేసే వారితో నిండి పోయింది.

ఒక పియానిస్ట్ వాయిస్తున్నాడు, కానీ ఎవరూ అతనిని పట్టించుకోవడం లేదు.

పొంచువల్ డ్రింక్ సిప్ చేస్తూ అతను వాయిస్తున్నది వింటోంది. పియానిస్ట్‌కి వాయించడం చాలా విసుగ్గా ఉంది. అతనికి ప్రదర్శన అయ్యే వరకు వాయించడానికి గాను డబ్బు చెల్లించారు కాబట్టి వాయిస్తున్నాడు. ఎప్పుడెప్పుడు విరామం ప్రకటిస్తారా అని ఎదురు చూస్తున్నాడు.

ఆమె తన మూడవ రౌండ్ విస్కీలో ఉన్నప్పుడు, ఆమె తడబడుతూ నడుచుకుంటూ పియానిస్ట్ వద్దకు వెళ్లి "నువ్వు మూర్ఖుడివా లేక మరేదన్నానా? నువ్వు ఏమి వాయించాలనుకుంటున్నావో అది ఎందుకు వాయించడం లేదు" అని గట్టిగా అరిచింది.

పియానిస్ట్ ఆశ్చర్యంగా ఆమె వైపు చూశాడు, వెంటనే, అతను నిజంగా వాయించాలనుకున్న సంగీతాన్ని వాయించడం ప్రారంభించాడు.

వెంటనే ఆ ప్రాంతమంతా పూర్తి నిశ్శబ్దంగా మారిపోయింది, పియానిస్ట్ ముగించినప్పుడు, అందరూ ఉత్సాహంగా చప్పట్లతో అభినందించారు.

పాలో కొయిలో

అస్సిసికి చెందిన సెయింట్ ఫ్రాన్సిస్ పట్టణం లో చాలా ప్రజాదరణ పొందిన యువకుడు-అన్నిటిని విడిచిపెట్టి తన పనిని ప్రారంభించాలని నిర్ణయించుకున్నాడు. అస్సిసికి చెందిన సెయింట్ క్లార్ ఒక అందమైన యువతి, ఆమె పవిత్రత గురించి ప్రతిజ్ఞ చేసింది. సెయింట్ రామన్ లుల్ ప్రపంచం నుండి నిష్క్రమించినప్పుడు అ కాలంలోని గొప్ప మేధావులలో ఆయన ఒకరు.

ఆధ్యాత్మిక అన్వేషణ అన్నింటికి మించిన ఒక గొప్ప సవాలు. ఎవరైనా తన సమస్యల నుండి తప్పించుకోవడానికి దాన్ని ఉపయోగిస్తే ఎప్పటికీ వాటికి దూరం కాలేరు.

స్నేహం లేని వ్యక్తి ప్రపంచం నుండి వైదొలగడంలో అర్థం లేదు. పేదరికంపై ప్రతిజ్ఞ చేయడంలో అర్థం లేదు, ఎందుకంటే మీరు మీ స్వంత జీవనోపాధిని సంపాదించుకోలేరు. మీరు నిజంగా పిరికివాడిగా ఉన్నప్పుడు వినయంగా ఉండటంలో అర్థం లేదు. మీరు కలిగి ఉన్న వాటిని త్యజించడం ఒక విషయమయితే, అది లేకపోవడం, వున్నవారిని ఖండించడం మరొక విషయం.

నపుంసకుడు పవిత్రతను ప్రబోధించడం చాలా సులభం, కానీ దానిలో విలువ ఏమిటి?

గురువుగారు ఇలా అన్నారు

దేవుని పనిని స్తుతించండి. ఈ ప్రపంచంలో జీవిస్తున్నప్పుడు మిమ్మల్ని మీరు జయించడం నేర్చుకోండి.

మక్తుబ్

కష్టంగా ఉండడం ఎంత సులభం.

మీరు చేయాల్సిందల్లా ఇతర వ్యక్తులనుండి దూరంగా వుండడం, దానివల్ల బాధని తగ్గించుకోవడం ప్రేమలో పడ్డాని రిస్క్ తీసుకోకుండా వుండి, నిరాశకి దూరంగా వుండడంవల్ల కలలు కల్లలయే ప్రమాదంలేదు.

కష్టంగా ఉండటం ఎంత సులభం.

మిమ్మల్ని సహాయం కోసం అడిగే వ్యక్తులకు మీరు ఫోన్ కాల్స్ చేయవలసిన అవసరం ఉండదు, మీరు చేయాల్సిన ధార్మిక చర్యలతో మీరు ఇబ్బంది పడాల్సిన అవసరం లేదు.

కష్టంగా ఉండడం ఎంత సులభం.

మీరు ఏకాంత భవనంలో నివసిస్తున్నారని, ఎప్పుడూ ఒక్క చుక్క కన్నీరు కూడా కార్చలేదన్నట్లు మీరు నటించాలి. ఇది మీ మిగిలిన జీవితంలో పాత్ర పోషించడానికి సరిపోతుంది.

కష్టంగా ఉండటం ఎంత సులభం.

మీరు జీవితంలోని అన్ని మంచి విషయాలను వదులుకోవాలి.

పేషెంట్ తన డాక్టర్ వైపు తిరిగి, "డాక్టర్, నేను ఇకపై జీవించలేనంత భయం నా జీవితంపై ఆధిపత్యం చెలాయిస్తోంది" అంది. దానికి డాక్టర్ ఇలా సమాధానమిచ్చాడు:

"కన్సల్టింగ్ రూమ్‌లో ఒక ఎలుక ఉంది, అది నా పుస్తకాలను కొరుకుతోంది. నేను నిజంగా ఈ ఎలుక గురించి ఆలోచిస్తే, అది నా నుండి దాక్కుంటుంది. నేను దానిని పట్టుకునేందుకు నా సమయాన్ని వృథా చేసుకోవాల్సి వస్తుంది. కాబట్టి, నేను నా అత్యంత ముఖ్యమైన పుస్తకాలను ఒక సురక్షితమైన స్థలంలో ఉంచాను, మిగతా వాటిని ఎలుక కొరకడానికి వదిలేశాను. ఆ విధంగా, అది ఎలుకగానే కొనసాగుతుంది తప్ప రాక్షసిగా మారదు. కొన్ని విషయాలకు భయపడండి వాటిపై మీ భయాన్ని కేంద్రీకరిస్తే మీరు మిగిలిన అన్ని విషయాలలోను ధైర్యంగా ఉండగలరు".

గురువుగారు ఇలా అన్నారు

ప్రేమించబడడం కంటే ప్రేమించడం చాలా సులభం.

ఇతరుల సహాయాన్ని మద్దతును అంగీకరించడం మనకు కష్టంగా ఉంటుంది.

అయితే, స్వతంత్రంగా కనిపించే ప్రయత్నంవల్ల వేరేవాళ్ళు తమకి మనపట్లగల ప్రేమని వ్యక్తం చేయలేరు.

చాలా మంది తల్లిదండ్రులు, వృద్ధాప్యంలో, తమ పిల్లలకు చిన్నప్పుడు వారు పొందిన అదే ప్రేమ, మద్దతును అందించే అవకాశాన్ని ఇవ్వరు. విధి హఠాత్తుగా వారిని దెబ్బతీసినప్పుడు తప్ప చాలా మంది భర్తలు లేదా భార్యలు తమ జీవిత భాగస్వామిపై ఆధారపడవలసి వచ్చినందుకు సిగ్గుపడతారు. ఇది ప్రేమ జలాలను ప్రవహించనీయకుండా ఆపుతుంది.

మన తోటి మానవులు అందించే ప్రేమపూర్వక సంకేతాలని మనం అంగీకరించాలి. మనకు సహాయం చేయడానికి, మద్దతు ఇవ్వడానికి, కొనసాగించడానికి మనకు శక్తిని ఇవ్వడానికి ఇతరులను అనుమతించాలి. ఈ ప్రేమను మనం బహిరంగంగా, వినయంగా అంగీకరిస్తే, ప్రేమ అనేది ఇవ్వడం లేదా స్వీకరించడం అనే ప్రశ్న కాదని పంచుకోవడం అని అర్థం చేసుకుంటాము.

పాలో కొయిలో

ఈవ్ ఈడెన్ గార్డెన్‌లో షికారు చేస్తున్నప్పుడు పాము ఆమె దగ్గరకు వచ్చింది.

"ఈ యాపిల్ తినండి" అన్నాడు.

దేవునిచే బాగా శిక్షణ పొందిన ఈవ్ నిరాకరించింది.

"ఈ ఆపిల్ తినండి," అని సర్పం మళ్ళీ అడిగాడు, ఎందుకంటే మీ పురుషుడికి వీలైనంత అందంగా కనిపించడానికి మీకు అవసరం అన్నాడు.

"లేదు, నేను తినను, ఎందుకంటే అతనికి నేను తప్ప మరొక స్త్రీ లేదు," ఈవ్ సమాధానమిచ్చింది.

సర్పం నవ్వాడు.

ఈవ్ సర్పాన్ని నమ్మనప్పుడు, ఆమెను ఒక బావి ఉన్న కొండపైకి తీసుకెళ్లాడు.

"ఆమె ఈ గుహలోపల ఉంది. ఆడమ్ ఆమెను అక్కడ దాచాడు.

ఈవ్ వంగి బావి నీటిలో ఒక అందమైన స్త్రీ ప్రతిబింబాన్ని చూసింది. ఇక ఆమె వెనుకాడలేదు, పాము ఆమెకు అందిస్తున్న యాపిల్‌ను తినేసింది.

మక్తుబ్

ఒక అనామిక "నా హృదయానికి రాసిన లేఖ" నుండి భాగాలు:

"ప్రియమైన హృదయమా, నేను నిన్ను ఎప్పటికీ ఖండించను, విమర్శించను, లేదా నీ మాటలకు సిగ్గుపడను. నీవు దేవుని ప్రియమైన పిల్లలలో ఒకరని, ఆయన నిన్ను ప్రేమపూర్వకమైన, ప్రకాశవంతమైన కాంతితో చుట్టి ఉంచుతారని నాకు తెలుసు. నేను నీ పక్షాన ఉన్నాను, నా ప్రార్థనలలో, నేను ఎల్లప్పుడూ నీపై వర్షం కురిపించేలా దీవెనలు కోరుతాను. నీకు అవసరమైన సహాయం, మద్దతును ఎల్లప్పుడూ అందించమని నేను అడుగుతుంటాను.

"ప్రియమైన హృదయమా, నీ ప్రేమపై నాకు నమ్మకం ఉంది. నువ్వు ఆ ప్రేమను అర్హులైన వారితో లేదా అవసరమైన వారితో పంచుకుంటావని నేను విశ్వసిస్తున్నాను. నా మార్గమే నీ బాటగా ఉండనివ్వు, మనం కలిసి పరిశుద్ధాత్మ వైపు నడుద్దాం.

నేను నిన్ను అడుగుతున్నాను: దయచేసి నన్ను నమ్ము. నేను నిన్ను ప్రేమిస్తున్నానని తెలుసుకో. నేను మీకు కావాల్సిన స్వేచ్ఛను ఇవ్వడానికి ప్రయత్నిస్తున్నాను.

నా వక్షస్థలం ఆనందంతో కొట్టుకొంటుంది. అన్నీ నేనే చేస్తాను.

నీ చుట్టూ నా ఉనికి ఎప్పటికీ నీకు ఇబ్బంది కలిగించదని నేను కచ్చితంగా చెప్పగలను."

గురువుగారు ఇలా అన్నారు

మనం ఏదైన పని తలపెట్టినప్పుడు, నిర్ణయించుకున్నప్పుడు, ఊహించని వివాదాలు తలెత్తడం సహజం. మనం గాయపడటం కూడా సహజమే.

గాయాలు మానుతాయి, మచ్చలు అలాగే ఉంటాయి, కానీ అవి ఒక వరం ఆ మచ్చలు మన జీవితాంతం, సంకల్పంతో ఉంటాయి.

ఒకానొక సమయంలో – ఏ కారణం చేతనైనా, స్వార్థం లేదా మరేదైనా – గతానికి తిరిగి రావాలనే పట్టు చాలా బలమైనదిగా భావిస్తే, రుజువు చేస్తే, మనం ఆ మచ్చలను మాత్రమే చూడాలి. ఆ మచ్చలు చేతికి సంకెళ్లు వేసిన గుర్తులను మనకు చూపుతాయి. అవి జైలుయొక్క భయాందోళనలను మనకు గుర్తుచేస్తాయి, ఆతరువాత మనము నేరుగా ముందుకు నడుచుకుంటూ వెళ్తాము.

కొరింథీయులకు రాసిన లేఖలో, సెయింట్ పాల్ మనకు ప్రేమ యొక్క ప్రధాన లక్షణాలలో దయ ఒకటి అని చెప్పాడు. ప్రేమ దయగలదని మనం ఎప్పటికీ మరచిపోకూడదు. చాలా దృఢమైన ఆత్మ భగవంతుని హస్తాన్ని, అతని కోరికల ప్రకారం మలచడానికి అనుమతించదు.

యాత్రికుడు స్పెయిన్ ఉత్తరాన ఒక ఇరుకైన మార్గంలో నడుచుకుంటూ వెళుతుండగా, అతను ఒక తోటలో పడుకున్న స్థానిక వ్యక్తిని చూశాడు. “నువ్వు పూలు కోస్తున్నావా?” అని అడిగాడు.

“లేదు,” అని ఆ పూవ్వుల లాలిత్యాన్ని ఆపాదించుకునే ప్రయత్నం చేస్తున్నాను. అని వ్యక్తి బదులిచ్చాడు.

గురువుగారు ఇలా అన్నారు

ప్రతిరోజూ ప్రార్థించండి. మీరు పదాలు ఉపయోగించకపోయినా, అభ్యర్థనలు చేయపోయినా, మీరు ఎందుకు ప్రార్థిస్తున్నారో తెలియకపోయినా, ప్రార్థనను అలవాటు చేసుకోండి.

ఇది మొదట కష్టంగా అనిపిస్తే, మీతో ఇలా చెప్పుకోండి: "ఈ వారం, నేను ప్రతిరోజూ ప్రార్థన చేస్తాను" ప్రతి ఏడు రోజులకు ఆ వాగ్దానాన్ని పునరుద్ధరించండి.

మీరు ఆధ్యాత్మిక ప్రపంచంతో సన్నిహిత సంబంధాన్ని ఏర్పరచుకోవడమే కాకుండా మీ బుద్ధికి శిక్షణ ఇస్తున్నారని గుర్తుంచుకోండి. ఇలాంటి అభ్యాసాల ద్వారానే నిజమైన జీవిత పోరాటానికి అవసరమైన క్రమశిక్షణను పెంపొందించు కుంటాం.

మీ వాగ్దానాన్ని మరచిపోయి, మరుసటి రోజు రెండుసార్లు ప్రార్థించడం వల్ల ప్రయోజనం లేదు. అలాగే ఒక్కరోజులో ఏడుసార్లు ప్రార్థించి, మిగిలిన వారమంతా మీ పనిని పూర్తి చేశామని అనుకుంటే ప్రయోజనం లేదు. కొన్ని పనులు ఒక నిర్దిష్ట వేగంతో, లయతో జరగాలి.

ఒక దుర్మార్గుడు చనిపోతాడు. నరకం ద్వారాల వద్ద ఒక దేవదూత అతనిని కలుస్తాడు.

దేవదూత అతనితో ఇలా అన్నాడు:

"ఈ జీవితంలో మీరు ఏదో ఒక మంచి పని చేసి ఉండాలి, ఆ మంచి విషయం మాత్రమే మిమ్మల్ని కాపాడుతుంది."

"నేను ఎప్పుడూ మంచి ఏమీ చేయలేదు."

"బాగా ఆలోచించు," అని దేవదూత చెప్పాడు.

ఒకసారి, అడవిలో నడుస్తున్నప్పుడు, ఒక సాలీడు దారిలో కనిపించింది, దానిని నలిపివేయకుండా ఉద్దేశపూర్వకంగా దాని చుట్టూ తిరిగానని ఆ వ్యక్తి గుర్తు చేసుకున్నాడు. దేవదూత నవ్వాడు. సాలీడు దారం స్వర్గం నుండి కిందకు వస్తుంది. ఆ దారం స్వర్గానికి తీసుకు వెళ్ళడానికి వస్తుంది. అయితే అతనితోపాటు అర్హతలేని వ్యక్తులు అతని వెనుకే ఎక్కడానికి ప్రయత్నిస్తే, అతను వెనక్కి తిరిగి వారిని కిందకు నెట్టడం ప్రారంభించినప్పుడు, దారం తెగిపోతుందని భయపడతాడు.

ఆ సమయంలో, దారం తెగిపోయి, మనిషి తిరిగి నరకంలోకి పడిపోతాడు. "ఎంత అవమానం," "మీ స్వార్థం మీరు చేసిన ఒక మంచి పనిని చెడుగా మారుస్తుంది." అని దేవదూత చెప్పడం విన్నాడు.

పాలో కొయిలో

గురువుగారు ఇలా అన్నారు

చౌరస్తాలు పవిత్రమైన స్థలాలు. అక్కడే యాత్రికుడు నిర్ణయం తీసుకావాలి అందుకోసం దేవుడు ఆ చౌరస్తాలలోనే నిద్రపోయి ఉంటాడు. ఆహారం తీసుకుంటాడు.

ఎక్కడైనా మార్గాలు ఒకదానిని మరొకటి దాటితే, రెండు శక్తివంతమైన శక్తులు కలిసిపోతాయి–అవి ఎంచుకునే మార్గం వదిలివేయబడే మార్గం.

రెండూ ఒకే మార్గంగా మారతాయి, కానీ చాలా తక్కువ సమయం మాత్రమే ఉంటాయి.

యాత్రికుడు కొంచెం, సేపు విశ్రాంతి తీసుకోవచ్చు, నిద్రించవచ్చు. లేదా చౌరస్తాలో నివసించే దేవుళ్ళను కూడా దర్శించవచ్చు. కానీ ఎవరూ అక్కడ శాశ్వతంగా ఉండలేరు; తన మార్గం ఎంపిక చేసుకున్న తర్వాత, యాత్రికుడు ముందుకు కొనసాగాలి తప్ప ఎంపిక చేసుకోని మార్గం గురించి ఆలోచించకూడదు. అలా చేస్తే, చౌరస్తా ఒక శాపంగా మారుతుంది.

మక్తుబ్

సత్యం పేరుతో మానవ జాతి ఘోరమైన నేరాలకు పాల్పడింది. పురుషులు, మహిళలు దహనం చేయబట్టారు. మొత్తం నాగరికతలు నాశనం చేయబడ్డాయి.

శరీర సంబంధమైన పాపాలని చేసినవారు వెలివేయబడ్డారు.

వేరే మార్గాన్ని వెతుక్కునే వారు అట్టడుగున పడ్డారు.

వారిలో ఒకరు "సత్యం" పేరుతో సిలువ వేయబడ్డారు, కానీ అతను చనిపోయే ముందు, సత్యానికి సంబంధించి అద్భుతమైన నిర్వచనాన్ని వెల్లడించాడు.

ఇది మనకు నిశ్చింతను ఇచ్చేది కాదు.

ఇది మనకు లోతైన ఆలోచనలను ఇచ్చేది కాదు.

ఇది మనల్ని ఇతరులకన్నా మెరుగ్గా చేసేది కాదు.

మన సంకుచితాల జైలులో మనల్ని బంధించేది కాదు.

సత్యమే మనల్ని స్వతంత్రులను చేస్తుంది.

"సత్యాన్ని తెలుసుకోండి, అది మిమ్మల్ని స్వేచ్ఛా జీవులను చేస్తుంది."

పాలో కొయిలో

సెటిస్ ఆశ్రమానికి చెందిన సన్యాసులలో ఒకరు చాలా ఘోరమైన తప్పు చేసారు, అతనిపై తీర్పు చెప్పడానికి సన్యాసులలో తెలివైన వారిని పిలిపించారు.

సన్యాసి రావడానికి నిరాకరించారు, కానీ ఇతర సన్యాసులు పట్టుబట్టారు, చివరికి, అతను అంగీకరించాడు. అయితే, మొదట, అతను ఒక బకెట్ తీసుకొని దానిలో అనేక రంధ్రాలు చేసాడు. ఆపై అతను ఇసుకతో నింపి మఠానికి వెళ్లాడు.

ఫాదర్ అతన్ని చూడగానే, బకెట్ గురించి అడిగాడు.

"నేను నా తోటి మనిషిపై తీర్పు చెప్పడానికి వచ్చాను" అని సన్యాసి చెప్పాడు. "ఈ బకెట్‌లోంచి ఇసుక పారుతున్నట్లే నా పాపాలు నా వెనుక పారుతున్నాయి. కానీ నేను వెనక్కి తిరిగి చూడనందున నేను చేసిన పాపాలను చూడలేనందున, నా తోటి మనిషిపై తీర్పు చెప్పడానికి నన్ను పిలిపించారు!"

సన్యాసులు వెంటనే తప్పుచేసిన సన్యాసికి ఎటువంటి శిక్షను విధించ కూడదని నిర్ణయించుకున్నారు.

పైరినీస్‌లోని ఒక చిన్న చర్చి గోడపై ఇలా వ్రాయబడింది: ప్రభూ, ఈ కొవ్వొత్తి నా ఇబ్బందులను, నిర్ణయాలన్నింటినీ ప్రకాశవంతం చేయడానికి ఒక వెలుగుగా ఉండుగాక.

దానిని అగ్నిగా ఉండనివ్వండి, తద్వారా మీరు నాలో ఉన్న అహంకారాన్ని, గర్వాన్ని, అపవిత్రతలను కాల్చవచ్చు, మీరు దీనిని మంటగా ఉండనిచ్చినా హృదయాన్ని వెచ్చగా ఉండేలా చేసి ప్రేమించడం ఎలా అనేది బోధిస్తుంది.

నేను మీ చర్చిలో ఎక్కువ కాలం ఉండలేను, కానీ ఈ కొవ్వొత్తిని ఇక్కడ వదిలి వెళ్లడం అంటే నాలో కొంత భాగం ఇక్కడే ఉండి నా ప్రార్థనను పొడిగిస్తూ, ఈరోజు నేను చేసే ప్రతి పనిలో సహాయం చేస్తుంది ఆమెన్.

యాత్రికుడి స్నేహితుడు ఒకరు కొన్ని వారాలు నేపాల్‌లోని మఠం లోనే గడపాలని నిర్ణయించుకున్నాడు. ఆ మఠంలో అనేక దేవాలయాలు ఉన్నాయి.

ఒక రోజు మధ్యాహ్నం, అతను అందులోని ఒక దేవాలయంలోకి వెళ్ళాడు. అక్కడ ఒక బలిపీఠంపై ఒక సన్యాసి నవ్వుతూ కూర్చున్నాడు.

"ఎందుకు నవ్వుతున్నావు?" అని సన్యాసిని అడిగాడు.

"ఎందుకంటే నేను ఇప్పుడే అరటిపండు గురించి అర్థం చేసుకున్నాను".

అంటూ సన్యాసి తన వద్ద ఉన్న సంచి తెరిచి ఒక కుళ్ళిన అరటిపండు బయటకు తీశాడు.

ఇది గడిచిన జీవితానికి చిహ్నం, ఆ సమయంలో దీనిని పూర్తిగా ఆస్వాదించడంలో నేను విఫలమయ్యాను, ఇప్పుడు చాలా ఆలస్యం అయిపోయింది.

ఆ తర్వాత అతను తన సంచిలో నుండి మరో అరటిపండు తీసి పట్టుకున్నాడు. అది ఇంకా పచ్చిగా ఉంది. దానిని దూరంగా ఉంచాడు.

"ఇది ఇంకా జరగని జీవితం, అంటే భవిష్యత్తు. మరికొంత సమయం వేచి ఉండాలి" అని చెప్పాడు.

చివరగా, అతను పూర్తిగా పండిన అరటిపండును తీసి తొక్కు తీసి దానిని యాత్రికుడితో పంచుకుని, "ఇది వర్తమానం భయం లేకుండా జీవించడం నేర్చుకో అన్నారు."

బేబీ కాన్సులో తను, తన కొడుకు సినిమాలు చూడడానికి సరిపడ డబ్బుతో బయలుదేరింది. పిల్లవాడు చాలా ఉత్సాహంగా ఉన్నాడు. సినిమా హాలు దగ్గరకి ఎప్పుడు చేరుతారు అని అడుగుతున్నాడు. రెడ్ లైట్ పడింది. కారు ఆగింది. ఒక బిచ్చగాడు పేవ్‌మెంట్‌పై కూర్చోవడం బేబీ చూసింది, అతను అడుక్కోవడంలేదు గానీ ఆమె ఒక స్వరం విన్నది: "మీ దగ్గర ఉన్న డబ్బు అంతా అతనికి ఇవ్వండి." ఆ బేబీ ఆ స్వరంతో వాదించింది; ఆమె తన కొడుకుని సినిమాలకి తీసుకెళ్తానని వాగ్దానం చేసింది.

"అతనికి ఇవ్వు" అని స్వరం మళ్లీ చెప్పింది.

"నేను అతనికి సగం ఇవ్వగలను, అప్పుడు నా కొడుకు సినిమా చూడగలడు, నేను బయట వేచి ఉంటాను," ఆమె చెప్పింది.

కానీ స్వరం వాదించే మూడ్‌లో లేదు.

"అంతా అతనికి ఇవ్వండి."

తను ఏమి చేస్తోందో కొడుకుకి చెప్పే స్థితిలో లేదు. ఆమె కారు ఆపి తన వద్ద ఉన్న డబ్బు అంతా బిచ్చగాడికి అందజేసింది.

"దేవుడు ఉన్నాడు దానికి నీవే సాక్ష్యం" అన్నాడు బిచ్చగాడు." ఈ రోజు నా పుట్టిన రోజు. ఈ రోజు కూడా అడుక్కోవలసి రావడం నాకు విచారంగా, సిగ్గుగా ఉంది. అందుకని నేను ఈ రోజు అడుక్కోకూడదని నిర్ణయించుకున్నాను: దేవుడు అనే వాడు ఉంటే, అతనే నాకు బహుమతి ఇస్తాడు అనుకున్నాను" అన్నాడు.

పాలో కొయిలో

ఒక యాత్రికుడు తుఫాను లో ఒక గ్రామం గుండా వెళుతున్నాడు, అతను ఒక ఇంటికి మంటలు అంటుకోవడం చూశాడు. అతను ఆ ఇంటి దగ్గరికి వచ్చేసరికి, ఆ ఇంటి లోపల ఒక వ్యక్తి కూర్చుని ఉండడం చూసి "హే, మీ ఇల్లు కాలిపోతోంది!" యాత్రికుడు అరిచాడు.

"నాకు తెలుసు, " అని ఆ వ్యక్తి చెప్పాడు.

"తెలిసి కూడా బయటకు రావేం?"

"ఎందుకంటే బయట వర్షం పడుతోంది, నేను వర్షంలో తడిస్తే, న్యుమోనియా బారిన పడతానని మా అమ్మ నాకు చెప్పింది." అని ఆ మనిషి చెప్పాడు.

జావో చి ఇలా వ్యాఖ్యానించాడు: "తన పరిస్థితిని ఎలా మార్చుకోవాలో తెలిసిన వ్యక్తి వివేకంగలవాడు."

కొన్ని తాంత్రిక సంప్రదాయాలలో, శిష్యులు సంవత్సరానికి ఒక రోజు-లేదా అవసరమైతే ఒక వారాంతంలో-ఇంట్లోని అన్ని వస్తువులని ఒకసారి తీసి చూస్తారు.

వారు ప్రతి వస్తువుని తాకి బిగ్గరగా ఇలా అడుగుతారు:

"నాకు ఇది నిజంగా అవసరమా?"

వారు షెల్ఫ్ నుండి పుస్తకాలు తీసి "నేను దీన్ని మళ్ళీ ఎప్పుడైనా చదువుతానా?"

వారు దాచి ఉంచిన వివిధ స్మారక సంచికలను చూస్తారు.

"ఇవి నాకు గుర్తుచేసే క్షణాన్ని ముఖ్యమని నేను ఇప్పటికీ భావిస్తున్నానా?"

వారు తమ దుస్తుల అల్మరాలను తెరుస్తారు.

"చాలా కాలంగా ఈ దుస్తులు పెట్టుకునే అల్మరా నా వద్ద ఉంది. నేను ఎప్పుడూ ఈ దుస్తులు ధరించలేదు. నాకు అల్మరా నిజంగా అవసరమా?"

గురువుగారు ఇలా అన్నారు

వస్తువులకు వాటి స్వంత శక్తి ఉంటుంది. వాటిని ఉపయోగించనప్పుడు, అవి నిలిచిపోయిన నీరులా మారతాయి, దోమల నివాసానికి మంచి ప్రదేశంగా మారుతాయి, అంతే కాదు అవి నాశనం అవుతాయి.

మీరు అప్రమత్తంగా ఉండాల్సిన అవసరం ఉంది. శక్తిని స్వేచ్ఛగా ప్రవహించేలా చేయాలి.

మీరు పాతవాటిని పట్టుకుని కూర్చుంటే, కొత్త వాటికి స్థానం ఉండదు. వాటి ఉపయోగం తెలుసుకునే అవకాశం ఉండదు.

ఒక పాత పెరువియన్ పురాణం, ప్రతి ఒక్కరూ సంతోషంగా ఉండే నగరం గురించి చెబుతుంది. ఒక్క గవర్నర్ తప్ప, నగర నివాసులు తమకు నచ్చింది చేస్తారు. ఒకరికొకరు–అందరూ కలిసిమెలసి బాగానే ఉన్నారు, దానివల్ల గవర్నర్ చేయడానికి ఏ పాలనా లేదు. దాంతో అతను చాలా దయనీయంగా ఉన్నాడు.

జైలు ఖాళీగా ఉంది, కోర్టు ఎప్పుడూ ఉపయోగించబడలేదు. నోటరీ కార్యాలయం డబ్బు సంపాదించలేదు ఎందుకంటే ఒక వ్యక్తి మాట, కాగితం ముక్క కంటే విలువైనదని భావించడమే.

ఒక రోజు, గవర్నర్ నగరం వెలుపల నుండి కొంతమంది పనివాళ్ళను పిలిపించాడు. వారు ప్రధాన కూడలి మధ్యలో ఒక తెర వెనుక ఉండి రహస్యంగా ఏవో పనులు చేయసాగారు. అక్కడనుండి సుత్తి, రంపపు శబ్దం వినిపించాయి.

ఒక వారం తర్వాత, ప్రారంభోత్సవానికి గవర్నర్ పౌరులందరినీ ఆహ్వానించారు.

తెర లాంఛనప్రాయంగా తొలగించబడింది. తెర వెనుక ఉన్నది ఉరికంబం.

దీనిని ఎందుకు నిర్మించారని ప్రజలు ఆందోళన చెందారు. అనిశ్చితి, భయం వారిలో చోటు చేసుకున్నాయి. వారు ఏదో ఒకదాని కోసం కోర్టులకు వెళ్లడం ప్రారంభించారు, అంతకుముందు, ఉమ్మడి ఒప్పందం ద్వారా పరిష్కరించబడుతుండేవి. వారు పత్రాలను నమోదు చేయడానికి నోటరీ

కార్యాలయానికి వెళ్లారు. ఇంతకు ముందు, వారికి నోటిమాట సరిపోయేది. చట్టంపై సందేహంతో, వారు గవర్నర్ చెప్పేది వినడం మొదలు పెట్టారు. పురాణం ప్రకారం ఉరి ఎప్పుడూ ఉపయోగించబడలేదు, కానీ దాని ఉనికి ప్రతి విషయాన్ని మార్చేసింది.

ఆస్ట్రియన్ మానసిక రోగ వైద్యుడు విక్టర్ ఫ్రాంక్ల్ నాజీ నిర్బంధ శిబిరంలో తన అనుభవాన్ని వివరించాడు. అన్ని అవమానాల మధ్య తోటి ఖైదీ అకస్మాత్తుగా అతనితో ఇలా అన్నాడు:

'నా భార్య ఇప్పుడు నన్ను చూడగలిగితే!'... అది నా భార్య గురించిన ఆలోచనలను గుర్తుకు తెచ్చేది... మేము మైళ్ళ దూరం వరకు పొరపాట్లు చేస్తూ, మంచుతో నిండిన ప్రదేశాలలో జారిపోతున్నప్పుడు, పరస్పరం సహాయం చేసుకుంటూ, ఒకరినొకరు పైకి లాగుతూ, ఒక్క మాట కూడా మాట్లాడుకోలేదు, కానీ మా ఇద్దరికీ తెలుసు: మేము ప్రతి ఒక్కరం మా భార్యల గురించే ఆలోచిస్తున్నామని....

"అప్పుడు నేను మానవ కవిత్వం, మానవ ఆలోచనలు అందించవలసిన గొప్ప రహస్యం యొక్క అర్థాన్ని గ్రహించాను: మనిషి యొక్క మోక్షం ప్రేమలో, ప్రేమ ద్వారా మాత్రమే సాధ్యం. ఈ లోకంలో ఇంక ఏమీ మిగలని వ్యక్తి తన ప్రియతముల గురించి ఆలోచించడం ద్వారా క్షణకాలం పాటు ఆనందాన్ని ఎలా పొందుతాడో నాకు అర్థమైంది. పూర్తిగా నిస్సహాయ స్థితిలో, మనిషి సానుకూల చర్యలో తనను తాను వ్యక్తపరచలేనప్పుడు, అతని ఏకైక విజయం తన బాధలను సరైన మార్గంలో–గౌరవనీయమైన మార్గంలో భరించడం మాత్రమే అయినప్పుడు–అటువంటి స్థితిలో తన ప్రియమైన వ్యక్తి రూపం తలుచుకుంటూ ప్రేమపూర్వకమైన ఆలోచన ద్వారా చేయగలడు, సాధించగలడు... .

మక్తుబ్

"నా భార్య సజీవంగా ఉందో లేదో నాకు తెలియదు. తెలుసుకోవడానికి నాకు మార్గం లేదు... కానీ ఆ క్షణంలో ఆ ఆలోచన ఆగిపోయింది. నాకు తెలియవలసిన అవసరం లేదు; నా ప్రేమ, నా ఆలోచనలు, నా ప్రియమైన వ్యక్తి యొక్క రూపాన్ని ఏదీ తాకలేదు. నా భార్య చనిపోయిందని నాకు తెలిసి ఉంటే, నేను ఎవరిని ఇబ్బంది పెట్టకుండా, ఆమె రూపాన్ని గురించి ఆలోచించేవాడిని. ఆమెతో నా మానసిక సంభాషణ కూడా అంతే స్పష్టంగా ఉండేదని. సంతృప్తికరంగా ఉండేదని భావిస్తున్నాను. 'నీ హృదయంపై నా రూపాన్ని ముద్ర వేసుకో', ప్రేమ కూడా మరణం అంత బలమైనది."

గురువుగారు ఇలా అన్నారు

ఇప్పటి నుండి–రాబోయే కొన్ని వందల సంవత్సరాల వరకు–విశ్వం ముందు చూపు ఆలోచనలను కలిగి ఉన్న వారందరినీ బహిష్కరించబోతోంది.

భూమి యొక్క శక్తి పునరుద్ధరించబడాలి. కొత్త ఆలోచనలకు చోటు కావాలి.

శరీరానికి, ఆత్మకు కొత్త సవాళ్లు కావాలి. భవిష్యత్తు మన తలుపు తడుతోంది, అన్ని ఆలోచనలు–పూర్తిగా పక్షపాతం మీద రూపుదిద్దుకోకపోతేనే లోపలికి అనుమతించబడతాయి.

ఏది ముఖ్యమైనదో అది మిగిలి ఉంటుంది. పనికిరానిది అదృశ్య మవుతుంది, కానీ మనం ప్రతి ఒక్కరం మన విజయాలను మాత్రమే నిర్ధారించాలి, మన తోటి మానవుల కలలను కాదు.

మన మార్గంలోకి వాళ్ళని రప్పించడానికి, మరొకరి మార్గం తప్పు అని నిరూపించాల్సిన అవసరం మనకు లేదు. ఎవరైనా అలా చేసారూ అంటే వారికి తన సొంత అడుగులపై నమ్మకం లేదనేది స్పష్టమవుతుంది.

జీవితం ఒక సుదీర్ఘమైన సైకిల్ రేసు లాంటిది, దీని లక్ష్యం మన వ్యక్తిగత ఇతిహాసాన్ని పూర్తిచేయడం.

ప్రారంభంలో, మనమందరం కలిసి సహజీవనాన్ని, ఉత్సాహాన్ని పంచుకుంటాము. అయితే, రేసు కొనసాగుతుండగా, ఆ ప్రారంభ ఉత్సాహం నిజమైన సవాళ్లకు దారి తీస్తుంది: అలసట, విసుగు, మనపై మనకే సందేహం.

మన స్నేహితులు కొందరు రేస్ నుండి తప్పుకోవడం మనము గమనిస్తాం, వారు ఇప్పటికీ సైకిల్ తొక్కుతున్నా రోడ్డు మధ్యలో ఆపలేరు. వారిలో చాలా మంది సపోర్టు వ్యాన్ పక్కనే సైకిల్ పోనిస్తూ ఒకరితో ఒకరు కబుర్లు చెప్పుకుంటున్నారు. వారు తొక్కడం లేదు కేవలం కదలికల ద్వారా సాగుతున్నారు.

మనము వారి దృష్టిని కోల్పోతాము, ఆపై మన ఒంటరితనం, ప్రతి అనుహ్య మలుపు దగ్గర వేచి ఉన్న ఆశ్చర్యకరమైన వాటిని ఎదుర్కోవలసి వస్తుంది. మన సైకిల్‌తో సమస్యలను చెప్పనవసరం లేదు. చివరికి ఆ ప్రయత్నమంతా విలువైనదేనా అని ప్రశ్నించుకుంటే అవును అది విలువైనదే, దానిని వదలకండి.

పాలో కొయిలో

గురువు, శిష్యుడు అరేబియా ఎడారుల గుండా ప్రయాణిస్తున్నారు. గురువు తన శిష్యుడికి విశ్వాసం గురించి బోధించడానికి వారి ప్రయాణంలో ప్రతి క్షణాన్ని సద్వినియోగం చేసుకుంటున్నాడు.

"అన్నీ దేవునికి అప్పగిస్తే, దేవుడు తన పిల్లలను ఎప్పటికీ విడిచిపెట్టడు" అని చెప్పాడు.

రాత్రి, వారు శిబిరాన్ని ఏర్పాటు చేసినప్పుడు, గురువు శిష్యుడిని సమీపంలోని బండకు గుర్రాలను కట్టమని అడుగుతాడు. శిష్యుడు బండపైకి వెళ్లి, తన గురువు బోధలను గుర్తు చేసుకుంటాడు.

"గురువు నన్ను పరీక్షిస్తున్నాడు," అని అనుకున్నాడు.

"నేను గుర్రాలను దేవునికి అప్పగించాలి." అనుకుని

గుర్రాలను కట్టకుండా వదిలేసాడు.

ఉదయాన్నే, గుర్రాలు పారిపోయాయని తెలుసుకుంటాడు.

కోపంతో, అతను తన గురువు దగ్గరకు వెళ్లాడు.

"దేవుని గురించి మీకు ఏమీ తెలియదు, నేను గుర్రాలను అతని సంరక్షణకు అప్పగించాను, కానీ అవి పారిపోయాయి." అని అతను చెప్పాడు.

"దేవుడు గుర్రాలను చూసుకోవాలనుకున్నాడు, కానీ అలా చేయడానికి, అతనికి నీ చేతులు వాటిని రాతికి కట్టడానికి అవసరమైయ్యాయి," అని గురువు చెప్పాడు.

"బహుశా దేవుడు తన ముఖ్యమైన పన్నెండు మంది శిష్యులలో కొందరిని, ఆత్మలను రక్షించడానికి నరకానికి పంపి ఉండవచ్చు, కానీ అక్కడ ఆత్మలు ఏమీలేవు." అని జాన్ చెప్పాడు.

ఈ ఆలోచన యాత్రికుడిని ఆశ్చర్యపరుస్తుంది. జాన్ లాస్ ఏంజెల్స్‌లో ఫైర్‌మెన్, ఆ రోజు అతని సెలవుదినం.

"ఎందుకు అలా అంటున్నావు?"యాత్రికుడు అడుగుతాడు.

"ఎందుకంటే నరకం ఎలా ఉంటుందో నాకు తెలుసు. నేను ఇక్కడ భూమిపై అనుభవించాను. నేను కాలిపోతున్న భవనాల్లోకి వెళ్తాను, నిరాశలో ఉన్నవారు తప్పించుకోవడానికి ప్రయత్నించడం నేను చూస్తున్నాను. వారిని రక్షించడానికి తరచుగా నా ప్రాణాలను పణంగా పెట్టాల్సి వస్తుంది.

నేను ఈ విశాల విశ్వంలో ఒక చిన్న కణం మాత్రమే, నేను చూసే అనేక నరకయాతనల మధ్య హీరోలా ప్రవర్తించవలసి వచ్చేది. ఏమీ లేని నేను–అది చేయగలిగితే, యేసు ఏమి చేయగలడో ఊహించండి. చేయగలడు! కాబట్టి అతని ముఖ్య శిష్యులలో కొందరు అక్కడ నరకంలో ఉన్నారని, ఆత్మలను రక్షిస్తున్నారని నేను ఖచ్చితంగా అనుకుంటున్నాను.

గురువుగారు ఇలా అన్నారు

అనేక ప్రాచీన నాగరికతలలో చనిపోయినవారిని గర్భస్థ శిశువులా పాతిపెట్టడం ఆచారం. "వారు మరొక జన్మనెత్తుతారు, కాబట్టి వారు ఈ ప్రపంచంలోకి వారు ఎలా వచ్చారో అదే స్థితిలో వారిని వుంచుతాం అని వారు చెప్పారు. ఆ నాగరికతలకు పరివర్తన యొక్క అద్భుతంతో నిరంతర సంబంధం వుండడంతో, వారికి మరణం, విశ్వం యొక్క సుదీర్ఘమైన రహదారి వెంట మరో అడుగు మాత్రమే.

ప్రపంచం క్రమక్రమంగా మరణం యొక్క ఆ సున్నితమైన దృష్టిని కోల్పోతోంది, కానీ మనం ఏమి ఆలోచిస్తున్నాము లేదా ఏమి విశ్వసిస్తున్నాము అనేది ముఖ్యం కాదు: మనమందరం ఏదో ఒక రోజు చనిపోతాము. పురాతన భారతీయుల వైఖరిని అవలంబించడం ఉత్తమం: మరణాన్ని ఒక సలహాదారుగా ఉపయోగించి, "నేను చనిపోతాను, ఇప్పుడు నేను ఏమి చేయాలి?" అని అడగాలి.

జీవితం అనేది అడగడం లేదా సలహా ఇవ్వడం కాదు. మనకు సహాయం అవసరమైతే, ఇతర వ్యక్తులు వారి సమస్యలను ఎలా పరిష్కరించుకుంటున్నారు లేదా పరిష్కరించుకోవడంలో ఎలా విఫలమ వుతున్నారని గమనించడం మంచిది.

మన దేవదూత ఎల్లప్పుడూ మనకు అండగా ఉంటాడు, తరచుగా ఇతరులు మాట్లాడే మాటల ద్వారా మనకు సమాధానాన్ని అందజేస్తాడు. మన ఆందోళనలు జీవిత అద్భుతాన్ని మసిబారేలా చేస్తూ, మనని ఇతర విషయాలలో నిమగ్నమయేలా చేసి, ఆ సమాధానం వినడానికి అనుమతించక పోయినా, అది యాదృచ్ఛికంగా వస్తుంది.

మన అంతరాత్మకి తనకు అలవాటైన పద్ధతిలో అవసరమనుకున్నప్పుడు మాట్లాడే అవకాశమిద్దాం.

గురువుగారు ఇలా అన్నారు

సలహా అనేది జీవిత సిద్ధాంతం, కానీ ఆచరణ చాలా భిన్నంగా ఉంటుంది.

ఒకరోజు, రియో డి జనీరోలోని చరిష్మాటిక్ రెన్యువల్ చర్చికి చెందిన ఒక ఫాదర్ బస్సులో ఉండగా, లేచి నిలబడి క్రీస్తు వాక్యాన్ని బోధించమని ఒక స్వరం చెప్పడం విన్నాడు. అతను ఆ స్వరంతో ఇలా అన్నాడు: "ఇది ఉపన్యాసానికి స్థలం కాదు. నేను అసంబద్ధంగా ప్రవర్తించానని వారు అనుకుంటారు." అయితే అతని లోపలనుండి ఏదో శక్తి అతనిని మాట్లాడాలని పట్టుబట్టింది.

"నేను నిజంగా సిగ్గుపడుతున్నాను. దయచేసి నన్ను ఇలా చేయమని అడగవద్దు, "అని ప్రాధేయపడ్డాడు. అంతర్గత స్వరం వత్తిడి కొనసాగించింది.

అప్పుడు అతను క్రీస్తు తన నుండి ఏది అడిగినా అంగీకరించాలి అంటూ తాను చేసిన వాగ్దానాన్ని జ్ఞాపకం చేసుకున్నాడు: లేచి నిలబడ్డాడు–బాగా ఇబ్బంది పడ్డాడు–సువార్త గురించి మాట్లాడటం ప్రారంభించాడు.

మిగతా ప్రయాణికులు మౌనంగా విన్నారు. అతను ప్రతి వ్యక్తి వైపు చూశాడు, వారు తననే చూశారు తప్ప చాలా అరుదుగా వేరే వైపు చూశారు. అతను తన హృదయంలో ఉన్నదంతా చెప్పి, ఉపన్యాసం ముగించి, కూర్చున్నాడు. ఆ క్షణంలో ఏ పనిని పూర్తి చేస్తున్నాడో తెలియకపోయినా, ఒక పనిని పూర్తి చేశానని మాత్రం అతనికి ఖచ్చితంగా తెలుసు.

ఒక ఆఫ్రికన్ భూత వైద్యుడు తన శిష్యులకు అడవిలోనే శిక్షణ యిచ్చేవాడు. యిస్తున్నాడు. ముసలివాడైనప్పటికీ, అతను చాలా చురుగ్గా నడిచేవాడు, అయితే శిష్యుడు తరచు జారి పడిపోతూ ఉండేవాడు.

శిష్యుడు తిట్టుకుంటూ, లేచి, జారిపడిన భూమీమీద ఉమ్మివేసి తన గురువుగారి వెనక నడుచుకుంటూ వెళ్తున్నాడు. సుదీర్ఘ ప్రయాణం తరువాత, వారు ఒక పవిత్ర ప్రదేశానికి చేరుకున్నారు. అంతటితో ఆగకుండా, భూత వైద్యుడు వెంటనే వెనుదిరిగి నడవడం మొదలుపెట్టాడు.

"ఈరోజు మీరు నాకు ఏమీ నేర్పించలేదు," అని శిష్యుడు మళ్లీ పడిపోయినప్పుడు అన్నాడు.

"నా దగ్గర చాలా ఉంది, కానీ నువ్వు నేర్చుకోవడంలో విఫలమయ్యావని అనిపిస్తోంది, జీవితంలో మీరు చేసే తప్పులను ఎలా ఎదుర్కోవాలో నేను మీకు నేర్పించాలనుకుంటున్నాను." అని భూత వైద్యుడు చెప్పారు.

"నేను వాటిని ఎలా ఎదుర్కోవాలి?" అని అడిగాడు శిష్యుడు.

"మీరు పడిపోయిన ప్రతిసారి భూమిని తిట్టేబదులు, మీరు పడిపోయేలాచేసింది ఏమిటో తెలుకోవడం ముఖ్యం" అని భూతవైద్యుడు అన్నాడు.

పాలో కొయిలో

ఒక సాయంత్రం, మఠాధిపతి వున్నచోట ఫాదర్ ఎబాట్ స్కేటిస్ ఆశ్రమాన్ని సందర్శిస్తున్నప్పుడు, ఒక సన్యాసి అతనిని చూడటానికి వచ్చాడు.

"నా ఆధ్యాత్మిక సలహాదారుకు నన్ను ఎలా నడిపించాలో తెలియదు," అని సన్యాసి చెప్పాడు. "నేను అతనిని విడిచిపెట్టనా?"

మఠాధిపతి వుండడంతో ఫాదర్ ఎబాట్ ఏమీ మాట్లాడలేదు, సన్యాసి ఎడారికి తిరిగి వచ్చాడు.

ఒక వారం తరువాత, అతను మళ్ళీ మఠాధిపతి వున్నచోట ఫాదర్ ఎబాట్ ని సందర్శించాడు.

"నా ఆధ్యాత్మిక సలహాదారుకు నన్ను ఎలా నడిపించాలో తెలియదు, నేను అతనిని విడిచిపెట్టాలని నిర్ణయించుకున్నాను." మళ్ళీ అతను అన్నాడు.

"అవి తెలివైన మాటలు," మఠాధిపతి వున్నా ఫాదర్ ఎబాట్ అన్నారు.

"ఒక మనిషి తన ఆత్మ సంతృప్తి చెందలేదని భావించినప్పుడు, అతను సలహా అడగడు. అతను తన జీవనయానం కొనసాగించడానికి అవసరమైన నిర్ణయాలు తీసుకుంటాడు.

ఒక యువతి ఒక యాత్రికుడి దగ్గరకు వెళ్లి ఇలా చెప్పింది: "నేను మీకు ఒక విషయం చెప్పాలనుకుంటున్నాను. నాకు నయం చేసే శక్తి ఉందని ఎప్పుడూ నమ్మేతాను. కాని ఎప్పుడూ ఆశక్తిని వుపయోగించే ప్రయత్నం చేయలేదు.

ఇలా ఉండగా ఒక రోజు, నా భర్తకు ఎడమ కాలులో భయంకరమైన నొప్పి వచ్చింది, చుట్టుపక్కల సహాయం చేసే వారు ఎవరూ లేకపోవడంతో, చాలా ఇబ్బంది పడుతూనే ఒక నిర్ణయం తీసుకున్నాను–నా చేతులు అతని కాలుపై ఉంచి, నొప్పి పోవాలని ప్రార్థించాను.

"నేను అతనికి సహాయం చేయగలనని నిజంగా నాకు నమ్మకం లేకపోయినా అలా చేసాను, అప్పుడు అతను 'ప్రభూ, నా భార్యను నీ వెలుగుకి, నీ బలానికి దూతగా మార్చండి.' అని ప్రార్థించడం విన్నాను. నా చేతులు వేడెక్కడం ప్రారంభించాయి, అతని నొప్పి కొద్దిసేపటిలోనే తగ్గిపోయింది. అప్పుడు, నేను నా భర్తని అలా ఎందుకు ప్రార్థించారని అడిగాను.

నాలో నమ్మకాన్ని కలిగించడానికి అని అతను చెప్పాడు.

ఆ మాటలకు ధన్యవాదాలు, ఇప్పుడు నేను నమ్మకంగా నయం చేయగలను."

తత్వవేత్త అరిస్టిప్పస్, సిరక్యూస్, నియంత డయోనిసిరోస్ అభిమానాన్ని అందుకున్నాడు.

ఒక సాయంత్రం, డయోజినెస్ తమ కోసం పప్పుతో ఏదో చిన్న వంటకం సిద్ధం చేస్తున్నాడని తెలుసుకున్నాడు.

"మీరు డయోనిసియస్‌కు నమస్కరిస్తే తప్ప తినలేరు," అన్నాడు అరిస్టిప్పస్.

"పప్పులు తినడం అలవాటు చేసుకుంటే డయోనిసియస్‌కు నమస్క రించాల్సిన అవసరం లేదు," అని డయోజినెస్ తిప్పికొట్టాడు.

గురువుగారు ఇలా అన్నారు

ప్రతిదానికి ఒక ధర ఉంటుందనేది నిజం అయితే, ఆ ధర సాపేక్షమైనది. మనం మన కలలను అనుసరించినప్పుడు, కొన్నిసార్లు మనం పేదలమని, సంతోషంగా లేని దౌర్భాగ్యులమని ఇతరులకు అభిప్రాయాన్ని కలిగించవచ్చు, కానీ ఇతర వ్యక్తులు ఏమనుకుంటున్నారో అనేదానితో పట్టింపు లేదు; ముఖ్యమైనది మన హృదయంలో కలిగే ఆనందం.

టర్కీలో నివసిస్తున్న ఒక వ్యక్తి పర్షియాలో నివసించిన ఒక గొప్ప గురువు గురించి చెప్పడం విన్నాడు. అతను వెంటనే బయలుదేరాడు. తన వస్తువులన్నింటినీ అమ్మి, తన కుటుంబానికి వీడ్కోలు చెప్పాడు, జ్ఞానాన్ని వెతుకుతూ వెళ్లాడు. సంవత్సరాల ప్రయాణం తర్వాత, చివరకి గొప్ప గురువు నివసించే నివాసానికి చేరుకున్నాడు. భయంతో, గౌరవంతో, అతను తలుపు కొట్టాడు, గొప్ప గురువు తలుపు తెరిచాడు.

"నేను టర్కీ నుండి వచ్చేశాను," అన్నాడు ఆ వ్యక్తి. "ఒకే ఒక్క ప్రశ్న అడగడానికే నేను మొత్తం ప్రయాణం చేసాను." వృద్ధుడు అతని వైపు ఆశ్చర్యంగా చూశాడు: "సరే. మీరు కేవలం ఒక ప్రశ్న అడగవచ్చు."

"నేను ఏమి అడగబోతున్నానో స్పష్టంగా ఉండాలి కాబట్టి నేను టర్కిష్‌లో అడగవచ్చా?"

"మీరు అడగవచ్చు, నేను ఇప్పుడు మీ ఒక్క ప్రశ్నకు సమాధానం ఇచ్చాను. మీరు ఇంకా ఏదైనా తెలుసుకోవాలనుకుంటే, మీ హృదయాన్ని సంప్రదించండి, అది మీకు సమాధానం ఇస్తుంది," అని గురువు గారు చెప్పి తలుపు మూసుకున్నారు.

పాలో కొయిలో

గురువుగారు ఇలా అన్నారు

పదానికి శక్తి ఉంది. పదాలు ప్రపంచాన్ని, మానవాళిని మారుస్తాయి.

మనందరికీ ఇలా చెప్పబడింది: "మీ జీవితంలో మంచి విషయాల గురించి మాట్లాడకండి ఎందుకంటే ఇతరుల అసూయ మీ ఆనందాన్ని నాశనం చేస్తుంది." అది పొరబాటు; విజేతలు తమ జీవితంలో జరిగిన అద్భుతాల గురించి గర్వంగా మాట్లాడతారు.

మీరు సానుకూల శక్తిని గాలిలోకి పంపితే, అది మరింత సానుకూల శక్తిని ఆకర్షిస్తుంది. నిన్ను నిజంగా ప్రేమిస్తున్న వారికి ఆనందాన్ని ఇస్తుంది.

అసూయపడే, ఓడిపోయిన వారి విషయానికొస్తే, మీరు వారికి సందు ఇస్తే చాలు వారు మీకు హాని మాత్రమే చేస్తారు.

భయపడకండి. మీ గురించి వినాలనుకునే వారితో మీ జీవితంలోని మంచి విషయాల గురించి మాట్లాడండి. విశ్వత్మకి మీ ఆనందం అవసరం.

ఒకప్పుడు స్పెయిన్ రాజు తన వంశం గురించి గొప్పగా చెప్పుకునేవాడు. బలహీనుల పట్ల ఆ రాజు క్రూరంగా ప్రవర్తించేవాడిగా పేరు పొందాడు. ఒక రోజు, అతను అరగాన్‌లోని ఒక క్షేత్రం గుండా తన పరివారంతో ప్రయాణిస్తున్నాడు.

అక్కడ కొన్ని సంవత్సరాల క్రితం అతని తండ్రి యుద్ధంలో ఓడిపోయాడు.

అక్కడ అతను పెద్ద ఎత్తున పడి ఉన్న ఎముకల కుప్ప వద్ద తిరుగుతున్న ఒక మహనీయుడుని కలుసుకున్నాడు.

"అక్కడ ఏమి చేస్తున్నావు?" అడిగాడు రాజు.

"రాజు గారికి గౌరవాభివందనలు," అని మహనీయుడు అన్నాడు.

"ఎప్పుడయితే స్పెయిన్ రాజయిన మీరు ఇక్కడికి వస్తున్నారని విన్నానో, అప్పుడు నేను మీ తండ్రి ఎముకలను కనుగొని వాటిని మీకు ఇవ్వాలని నిర్ణయించుకున్నాను. అయితే ఎంతో కష్టపడి వెతుకుతున్నా వాటిని కనుగొనలేకపోతున్నా, ఎందుకంటే అక్కడ పడి ఉన్న ఎముకలలో రైతులు, పేదలు, బిచ్చగాళ్లు, బానిసలవి కూడా ఉన్నాయి, అన్నీ ఒకేలాగా ఉన్నాయి." అన్నాడు.

లాంగ్‌స్టన్ హ్యూస్ రచించిన "ది నీగ్రో స్పీక్స్ ఆఫ్ రివర్స్":

నాకు నదులు తెలుసు:

నదులు ప్రపంచం వలె పురాతనమైనవి అని తెలుసుకున్నాను, అంతే కాదు మానవ సిరలలో మానవ రక్తం యొక్క ప్రవాహం కంటే కూడా పురాతనమైనవని కూడా తెలుసుకున్నాను.

నా ఆత్మ నదుల వలె లోతుగా పెరిగింది.

యుక్తవయసులో నేను తెల్లవారుజామున యుఫ్రటీస్‌లో స్నానం చేశాను.

నేను కాంగో సమీపంలో నా గుడిసెను నిర్మించాను, అది నన్ను జోలపాడి నిద్రపోయేలా చేసింది.

నేను నైలు నదిని చూసి దాని పైన పిరమిడ్లను నిర్మించాను.

అబే లింకన్ న్యూ ఓర్లీన్స్‌కి వెళ్లినప్పుడు మిస్సిస్సిప్పి గానం విన్నాను, దాని బురద సూర్యాస్తమయంలో బంగారు రంగులోకి మారడం చూశాను. నాకు నదులు తెలుసు:

పురాతన, సంధ్యా నదులు.

నా ఆత్మ నదుల వలె లోతుగా పెరిగింది.

"ఏ లక్షణాలు ఉత్తమ ఖడ్గవీరునిగా చేస్తాయి?" అని అడిగాడు యోధుడు.

"మఠం దగ్గర ఉన్న పొలానికి వెళ్లు, " అన్నారు గురువుగారు.

"అక్కడ నీకు ఒక రాయి దొరుకుతుంది. దానిని దూషించు."

"నేను ఎందుకు అలా చేయాలి? రాయి నాకు తిరిగి సమాధానం చెప్పదు." అన్నాడు శిష్యుడు.

"మన కత్తిని వేయకుండానే, ఎవరు తనని ఓడించలేరని రాయి తెలియజేస్తుంది". అన్నారు గురువుగారు.

"నేను అలా కూడా చేయలేను, నా కత్తి విరిగిపోతుంది. నేను దానిపై నా చేతులతో దాడి చేస్తే, నా వేళ్లను గాయపరిచిన వాడినవుతాను," అన్నాడు శిష్యుడు.

"అయిన ఇవన్ని ఏమీ లేకుండా, నా ప్రశ్న ఏమిటంటే: ఏ గుణాలు ఉత్తమ ఖడ్గవీరుడిని చేస్తాయి?"

"అత్యుత్తమ ఖడ్గవీరుడు ఆ రాయిని పోలి ఉండేవాడు," "తన కత్తిని తీయకుండానే, దానిని ఎవరూ ఓడించలేరని ధీమాను ప్రదర్శించకలవాడు." అన్నారు గురువు గారు.

యాత్రికుడు స్పెయిన్‌లోని నవర్రాలో ఉన్న శాన్ మార్టిన్ డి అన్క్స్ అనే చిన్న కుగ్రామానికి చేరుకుని, ఆ గ్రామం సమీపంలో శిథిలావస్థలో ఉన్న అందమైన రోమనెస్క్ చర్చి యొక్క తాళంచెవి కలిగి ఉన్న స్త్రీని కనుగొనగలిగాడు. ఆమె చాలా దయతో అతన్ని ఇరుకైన సందుల్లోకి నడిపించి చర్చి తలుపు తెరిచింది.

యాత్రికుడు ఆ మధ్యయుగపు దేవాలయంలో చీకటి, నిశ్శబ్దం లోతుగా కదిలిస్తున్నట్టు తెలుసుకున్నాడు. అతను స్త్రీతో నెమ్మదిగా మాట్లాడడం ప్రారంభించాడు. మాటల మధ్యలో మిట్ట మధ్యాహ్నమైనప్పటికీ, లోపల అందమైన కళాఖండాలను సరిగా చూడలేకపోతున్నానని వ్యాఖ్యానించాడు.

"వేకువజాము వెలుగులో మాత్రమే మనం వాటిని స్పష్టంగా చూడగలుగుతాము, పురాణాల ప్రకారం, ఈ చర్చిని నిర్మించినవారు, దేవుడు తన మహిమను నిర్ణీత సమయంలో మాత్రమే చూపిస్తాడని, మనకు బోధించాలనుకున్నారు," అంది ఆ స్త్రీ.

గురువుగారు ఇలా అన్నారు

ఇద్దరు దేవుళ్ళున్నారు. మన గురువులు మనకు బోధించిన దేవుడు, మనకు సూటిగా బోధించే దేవుడు. దైవభక్తి కలిగిన ప్రజలు, మనతో మాట్లాడే దేవుడు గురించి సాధారణంగా మాట్లాడతారు. మనం భయపడటం నేర్పే దేవుడు, మనం దయతో మాట్లాడటం నేర్పుతాడు.

ఇద్దరు దేవుళ్ళున్నారు. ఉన్నతంగా జీవించే దేవుడు, మన రోజువారీ జీవితంలో పాలుపంచుకునే దేవుడు. మన నుండి చెల్లింపు కోరే దేవుడు, మన రుణాలను మాఫీ చేసే దేవుడు. నరకంలోని మంటల పేరుతో మనలను బెదిరించే దేవుడు మనకు ఉత్తమ మార్గం చూపే దేవుడు.

ఇద్దరు దేవుళ్ళున్నారు. మన అనేక తప్పిదాలకు మనలను బాధపెట్టే దేవుడు, తన ప్రేమతో మనల్ని క్షమించే దేవుడు.

పాలో కొయిలో

ఒకసారి ఒక వ్యక్తి మైఖేలాంజెలోని శిల్పంపూర్తయినప్పుడు, అక్కడే వుండి కళాఖండాలు ఎలా సృష్టించగలిగారని అడిగాడు.

ఇది చాలా సులభం, మైఖేలాంజెలో అన్నాడు. “నేను పని ప్రారంభించేటప్పటికే పాలరాయిలో శిల్పంపూర్తయి, అది అప్పటికే అక్కడ ఉంది.

నేను కేవలం నిరుపయోగంగా ఉన్న రాతిని మాత్రమే ఉలితో తీసివేయాల్సి ఉంది అన్నాడు.

గురువుగారు ఇలా అన్నారు

మనమందరం సృష్టించడానికి ఉద్దేశించబడిన ఒక కళాకృతి ఉంది.

ఇది మన జీవితానికి కేంద్ర బిందువు, మనం దానిని తిరస్కరించడానికి ఎంత కష్టపడతామో, అది మన ఆనందానికి ఎంత ముఖ్యమో మనకు తెలుసు.

సాధారణంగా, ఈ కళాకృతి సంవత్సరాల తరబడి భయం, అపరాధం, అనిశ్చితితో కప్పబడి ఉంది.

కానీ మనం నిరుపయోగమైన విషయాన్ని తొలగించాలని నిర్ణయించు కుంటే, మన సామర్థ్యాన్ని మనం అనుమానించకపోతే, మనకు ఇచ్చిన పనిని నెరవేర్చగలము. గౌరవంగా జీవించాలంటే ఇదొక్కటే మార్గం.

మరణానికి దగ్గరగా ఉన్న ఒక వృద్ధుడు తన హీరోయిజం గురించి చెప్పాడు. యుద్ధ సమయంలో అతను ఒక వ్యక్తికి తప్పించుకోవడానికి ఎలా సహాయం చేసాడో చెప్పాడు. అతనికి ఆశ్రయం, ఆహారం రక్షణ ఇచ్చాడు. వారు తర్వాత సురక్షితమైన ప్రదేశానికి చేరుకున్నప్పుడు, అతను రక్షించిన వ్యక్తి అతనికి ద్రోహం చేసి శత్రువుకు అప్పగించాడు.

"అయితే మీరు ఎలా తప్పించుకున్నారు?" అని యువకుడు అడిగాడు.

"ఇదంతా నేను చేయలేదు. నేను అవతలి వ్యక్తిని, ద్రోహిని" అని వృద్ధుడు చెప్పాడు. "కానీ నేనే హీరోగా కథ చెప్పడంలో ఉద్దేశ్యం ఏమిటంటే, అతను నా కోసం చేసినదంతా నేను బాగా అర్థం చేసుకోగలిగానని చెప్పడానికి" అన్నాడు.

పాలో కొయిలో

గురువుగారు ఇలా అన్నారు

మనందరికీ ప్రేమ కావాలి. తినడం, త్రాగడం, నిద్రపోవడం లాగా ప్రేమ మానవ స్వభావంలో అంతర్భాగం. మనము తరచుగా పూర్తిగా ఒంటరిగా కూర్చుని ఒక అందమైన సూర్యాస్తమయం చూస్తాం, ఆలోచిస్తాం. అయితే "ఇందులో దేనికీ ప్రాముఖ్యత లేదు, ఎందుకంటే నేను ఈ అందాన్ని పంచుకోవడానికి. నాకు ఎవరూ లేరు.

అలాంటి సమయాల్లో, మరొకరు నా ప్రేమను కోరినప్పుడు నేను ఎంత తరచుగా మొహం చాటేశాను? అని అనుకోవడం విలువైనదే: మరొకరి వద్దకు వెళ్లి, నేను వారితో ప్రేమలో ఉన్నానని సూటిగా చెప్పడానికి ఎంతగా భయపడుతున్నాను?

ఒంటరితనం పట్ల జాగ్రత్త వహించండి. ఇది అత్యంత ప్రమాదకరమైన మాదక ద్రవ్యాల లాంటి వ్యసనం.

సూర్యాస్తమయం మీకు అర్థం లేని విషయంగా అనిపిస్తే వినయంగా ఉండండి, ప్రేమను వెతుకుతూ వెళ్లండి. అది ఇతర ఆధ్యాత్మిక వరాల మాదిరిగానే, మీరు ఎంత ఎక్కువగా ఇవ్వడానికి సిద్ధంగా ఉంటే, బదులుగా మీరు అంత ఎక్కువగా పొందుతారని గుర్తుంచుకోండి.

ఒక స్పానిష్ ధర్మప్రచారకుడు ఒక ద్వీపాన్ని సందర్శిస్తున్నప్పుడు అతనికి ముగ్గురు అజ్టెక్ పూజారులు కలిసారు.

“మీరు ఎలా ప్రార్థిస్తారు?” అని ధర్మప్రచారకుడు అడిగాడు.

“మాకు ఒకే ప్రార్థన ఉంది,” అని అజ్టెక్‌లలో ఒకరు చెప్పారు ‘దేవా, మీరు ముగ్గురు, మేము ముగ్గురం. మాపై దయ చూపండి. మేము ఇలా ప్రార్థిస్తాము అన్నాడు:

“దేవుడు ఆలకించే ప్రార్థనను నేను నీకు నేర్పించబోతున్నాను,” అన్నాడు స్పానిష్ ధర్మప్రచారకుడు.

అతను వారికి క్యాథలిక్ ప్రార్థనను బోధించి తన దారిన తాను వెళ్లాడు.

స్పెయిన్‌కు తిరిగి రావడానికి ముందు, అతను కొన్ని సంవత్సరాల క్రితం సందర్శించిన ఆ ద్వీపానికి దగ్గరగా వెళ్లవలసి వచ్చింది. ఓడ ఒడ్డుకు చేరుకోబోతుండగా, ముగ్గురు అజ్టెక్ పూజారులు నీళ్ల మీద నడుస్తూరావడం కంటబడింది.

“తండ్రీ, తండ్రి,” వారిలో ఒకరు అన్నారు. దయచేసి మాకు దేవుడు వినే ప్రార్థన మళ్ళీ నేర్పిచండి. మేము ఇంతకుముందు చెప్పింది మర్చిపోయాం.

ఈ అద్భుతాన్ని చూసిన స్పానిష్ పూజారి “పర్వాలేదు” అన్నాడు.

దేవుడు అన్ని భాషలు అర్థం చేసుకోగలడని, అర్థం చేసుకోవడంలో తను విఫలమైనందుకు క్షమించమని స్పానిష్ ధర్మప్రచారకుడు అడిగాడు.

పాలో కొయిలో

మన ఆధ్యాత్మిక ప్రయాణంలో, మనం దర్శనాల కోసం ఆశించకూడదు లేదా అదే మార్గంలో ప్రయాణించిన ఇతరుల మాటలను గుడ్డిగా అనుసరించకూడదు. మనకున్న ఒకే ఒక ఆధారం, మూలం, విశ్వాసం మాత్రమే. ఎందుకంటే విశ్వాసం అనేది పారదర్శకంగా మనలో పుట్టింది, నిర్మలమైనది, అయోమయాన్ని సృష్టించదు, అని సెయింట్ జాన్ ఆఫ్ ది క్రాస్ బోధించాడు, ఒక రచయిత పూజారితో మాట్లాడుతున్నాడు, దేవుడితో అనుభవం పొందడం అంటే ఏమిటి అని అడిగాడు.

"నాకు తెలియదు, ఇప్పటి వరకు, నేను దేవుని పట్ల నా నమ్మకాన్ని మాత్రమే అనుభవించాను. అదే ముఖ్యం." అన్నాడు పూజారి.

గురువుగారు ఇలా అన్నారు

క్షమాపణ అనేది రెండు మార్గాలు గల వీధి లాంటిది.

మనం ఎవరినైనా క్షమించినప్పుడల్లా, మనల్ని మనం కూడా క్షమించు కుంటున్నాం అని అర్థం.

మనం ఇతరులతో సహనంతో ఉంటే, మన తప్పులను మనం అంగీక రించడం సులభం.

ఆ విధంగా, అపరాధం లేదా తిరస్కార భావం లేకుండా, మనం జీవితం పట్ల మన దృక్పథాన్ని మెరుగుపరచుకోవచ్చు. బలహీనత కలిగిన క్షణంలో, ద్వేషం, అసూయ, అసహనం మన చుట్టూ ప్రకంపనలకు అనుమతించినప్పుడు, ఆ ప్రకంపనలు మనల్ని ముంచేస్తాయి.

పీటర్ క్రీస్తుని అడిగాడు:

"ప్రభూ, నాకు వ్యతిరేకంగా పాపం చేసిన నా సోదరుడిని లేదా సోదరిని నేను ఎన్నిసార్లు క్షమించాలి? ఏడు సార్ల వరకా?"

"ఏడు సార్లు కాదు, డెబ్బై ఏడు సార్లు అని నేను చెప్తున్నాను." అని యేసు జవాబిచ్చాడు, ఆవిధంగా చేస్తే మీరు మీ ఆత్మకి వ్యతిరేకంగా పని చేసినట్టుకాదు. అలాగే భూమియొక్క ఔదర్యానికి ప్రతికూలంగా ప్రవర్తించినట్టుకాదు. అన్నారు గురువుగారు.

గురువుగారు ఇలా అన్నారు

పూర్వకాలంలో గురువులు తమ శిష్యుల వ్యక్తిత్వంలోని లోపాలని సరిదిద్దుకోవడానికి, వాటికి సాయపడేలా "పాత్రలు" సృష్టించేవారు. ఆ పాత్రల సృష్టికి సంబంధించిన కధలు తరువాతి కాలంలో అద్భుతమైన కధలుగా ప్రసిద్ధిచెందాయి.

ఈ ప్రక్రియ చాలా సులభం: మీ ఎడమ వైపున ఉన్నఒక అదృశ్య జీవిలో మీరు మీ ఆందోళనలు, భయాలు, నిరాశలు అన్నింటినీ ఉంచాలి. అతను మీ జీవితంలో "ప్రతినాయకుడు"గా వ్యవహరిస్తాడు, మీరు ఎటువంటి ఆలోచనలు కలిగి వుండకూడదని భావిస్తారో, అటువంటి ఆలోచనలే యిస్తాడు. కాదనుకుంటూనే వాటిని ఆశ్రయిస్తారు. పాటిస్తారు.

మీరు అలాంటి పాత్రను సృష్టించిన తర్వాత, అతని సలహాను విస్మరించడం సులభం అవుతుంది.

ఇది చాలా సులభం, అందుకే ఇది బాగా పని చేస్తుంది.

"నా జీవితం ఉత్తమంగా ఎలా మలుచుకోవాలో నాకు ఎలా తెలుస్తుంది?" అని అడిగాడు శిష్యుడు.

గురువు గారు ఒక టేబుల్ తయారు చేయమని అడిగారు. టేబుల్ దాదాపుగా సిద్ధంగా ఉంది–ఇంకా కొన్ని మేకులు కొట్టాలి–గురువు అతని దగ్గరకు వెళ్ళాడు. శిష్యుడు ఖచ్చితంగా మూడు దెబ్బలతో అవసరమైన ప్రతిచోట మేకులు కొడ్తున్నాడు. ఒకచోట మేకు దిగడం కొంచెం కష్టమైంది. శిష్యుడు అదనపు దెబ్బ వేయవలసి వచ్చింది. ఆ నాల్గవ దెబ్బ మేకును చాలా లోతుగా దించింది. దాంతో చెక్క విరిగి పోయింది.

"నీ చేయి కేవలం మూడు దెబ్బలు వేయడానికి అలవాటు పడింది, ఏదైనా చర్యను అలవాటు శాసించినప్పుడు, అది దాని అర్థాన్ని కోల్పోతుంది, హానిని కూడా కలిగిస్తుంది.

చర్య కేవలం చర్యగానే ఉండాలి, ఇందులో వున్న ఒకే ఒక రహస్యం ఏమిటంటే మీ కదలికలను నియంత్రించడానికి అలవాటును ఎప్పుడూ అనుమతించవద్దు." అన్నాడు గురువు.

పాలో కొయిలో

స్పెయిన్‌లోని సోరియా పట్టణానికి సమీపంలోని ఒక గుహలో పురాతన ఆశ్రమం ఉంది. అందులోఒక సన్యాసి కొన్ని సంవత్సరాలుగా నివసిస్తున్నాడు, అతను అన్నీ వదిలేసుకుని తనను తాను ధ్యానానికి అంకితం చేసుకున్నాడు.

ఒక రోజు మధ్యాహ్నం, యాత్రికుడు అతనిని సందర్శించడానికి వెళ్లగా ఆ సన్యాసి అత్యంత సాదరంగా ఆహ్వానించాడు.

కొద్దిగా రొట్టె పంచుకున్న తర్వాత, సన్యాసి యాత్రికుడిని కొన్ని పుట్టగొడుగులను తీసుకు రావడానికి తనతో పాటు సమీపంలోని కాలువ వద్దకు వెళ్దాంరమ్మంటాడు.

దారిలో వారికి ఒక యువకుడు కలిశాడు.

"మహానుభావా, జ్ఞానోదయం పొందడానికి, మనం మాంసం తినకూడదు అని ఎవరో చెప్పగా నేను విన్నాను. అది నిజమా?" అని యువకుడు అడిగాడు.

"జీవితం మీకు అందించే వాటన్నింటిని ఆనందంగా స్వీకరించండి, ఆ విధంగా చేస్తే మీరు మీ ఆత్మకి వ్యతిరేకంగా పనిచేసినట్టు కాదు లేదా అలాగే భూమి యొక్క ఔదార్యానికి ప్రతికూలంగా ప్రవర్తించినట్టు కాదు" అని ఆ సన్యాసి చెప్పాడు.

గురువుగారు ఇలా అన్నారు

ప్రయాణం చాలా కష్టమైతే, మీ మనస్సు చెప్పింది తప్పకుండా వినండి. మీతో మీరు సాధ్యమైనంత నిజాయితీగా ఉండటానికి ప్రయత్నించండి. మీరు నిజంగా మీ మార్గాన్ని అనుసరిస్తున్నారా మీ కలల కోసం మూల్యం చెల్లిస్తున్నారా అనేది చూడండి.

మీరు ఇలా చేసినా జీవితం కష్టతరంగా సాగుతుంటే, ఫిర్యాదు చేయవలసిన సమయం వస్తుంది. పిల్లవాడు తన తండ్రి పట్ల గౌరవంగా వున్నట్టే వుండండి. కాకపోతే కొంచెం ఎక్కువ ఆపేక్షని, సాయాన్ని కోరండి. తండ్రి, తల్లి ఇద్దరూ దేవుళ్ళే.

తల్లిదండ్రులు ఎల్లప్పుడూ తమ పిల్లలకు మంచిని కోరుకుంటారు. బహుశా వారు మిమ్మల్ని బాగా కష్టపడి చదువుకునేలా చేయవచ్చు. అలా అయితే, వారు కొద్దిపాటి విశ్రాంతి, ఆప్యాయత కోరడంలో తప్పలేదు.

కానీ చాలా దూరం వెళ్లవద్దు. సరైన సమయం వచ్చినప్పుడు, జాబ్ ఫిర్యాదు చేసేవాడుకాదు. జాబ్ కోరినవన్నీ అతనికి అందాయి. అల్ అఫిద్ ప్రతిదాని గురించి ఫిర్యాదు చేసేవాడు, దేవుడు అతని మాట వినడం మానేసాడు.

స్పానిష్ నగరమైన వాలెన్సియాలోని పండుగ వేడుకలు ఒక విచిత్రమైన ఆ ఆచారాన్ని కలిగి ఉంటాయి, పురాతన వడ్రంగి కంపెనీ శిల్పులు, కళాకారులు ఏడాది పొడవునా పెద్ద పెద్ద చెక్క శిల్పాలను తయారు చేస్తారు. వారం పాటు జరిగే పండుగ వేడుకల సందర్భంగా వారు ఈ శిల్పాలను ప్రధాన కూడలికి తీసుకువెళతారు. ప్రజలు అలాంటి సృజనాత్మకతను చూసి ఆశ్చర్యపోతూ, వ్యాఖ్యలు చేస్తూ, వేగంగా నడుస్తారు. సెయింట్ జోసెఫ్స్ డే నాడు, ఈ కళాఖండాలలో ఒకదానిని తప్ప మిగిలినవాటినన్నిటినీ వేలాది మంది ప్రేక్షకుల ముందు ఒక భారీ మంటలో కాల్చివేస్తారు.

"దీని కోసం ఇంత కష్టపడటం దేనికి?" ఆకాశంలోకి ఎగిసిపడుతున్న మంటలను చూస్తూ ఒక ఆంగ్ల స్త్రీ అడిగింది.

"నువ్వు కూడా ఏదో ఒక రోజు చనిపోతావు, అలాంటప్పుడు దేవుడు నిన్ను సృష్టించడమెందుకు?" అని ఒక స్పానిష్ మహిళ ఆమెతో అంది.

గొప్ప భక్తుడు, మహానుభావుడు అకస్మాత్తుగా తన సంపద అంతా కోల్పోయాడు. భగవంతుడు తనకు సహాయం చేస్తాడని తెలిసి, అతను ఇలా ప్రార్థించడం ప్రారంభించాడు:

"ప్రభూ, నాకు లాటరీని గెలిచే అవకాశం కల్పించండి."

అతను దారిద్ర్యంలో మగ్గుతూనే కొన్ని ఏళ్లపాటు అలా దేవుడ్ని ప్రార్థిస్తూనే ఉన్నాడు.

చివరకు అతను మరణించాడు. అతను చాలా గొప్ప భక్తుడు కాబట్టి, అతను నేరుగా స్వర్గానికి వెళ్ళాడు.

అతను అక్కడికి చేరుకున్నప్పుడు, లోపలికి వెళ్లడానికి నిరాకరించాడు. తన జీవితమంతా తనకు బోధించిన మతపరమైన సూత్రాలకు అనుగుణంగా జీవించానని, అయినప్పటికీ దేవుడు తనకు లాటరీ గెలిచే అవకాశం ఇవ్వలేదని చెప్పాడు. దేవుడి వాగ్దానాలు అబద్ధాలు తప్ప మరేమీ కాదు," అన్నాడు ఆ వ్యక్తి కోపంగా.

"నేను నిన్ను గెలిపించడానికి ఎల్లప్పుడూ సిద్ధంగా ఉన్నాను," అని దేవుడు చెప్పాడు.

"కానీ నేను నీకు సహాయం చేయడానికి సిద్ధంగా ఉన్నా, నువ్వు ఒక్కసారి కూడా లాటరీ టిక్కెట్ కొనలేదు" అన్నాడు.

ఒక తెలివైన చైనీస్ వృద్ధుడు మంచుతో నిండిన పొలంలో నడుచుకుంటూ వెళ్తుండగా, అక్కడ ఏడుస్తున్న ఒక స్త్రీని చూశాడు.

"ఎందుకు ఏడుస్తున్నావు?" అని అడిగాడు.

"నేను నా గతాన్ని, నా యవ్వనాన్ని, అద్దంలో ప్రతిబింబించేనా అందమైన ముఖాన్ని, నేను ప్రేమించిన మనుషులను గుర్తు చేసుకుంటూ ఉంటాను. దేవుడు క్రూరుడు, ఎందుకంటే అతను నాకు జ్ఞాపకశక్తిని ఇచ్చాడు. నేను నా జీవితంలోని వసంతకాలాన్ని గుర్తుచేసుకుని ఏడుస్తానని దేవుడికి తెలుసు".

ఆవృద్ధుడు మంచుతో నిండిన పొలంలో ఆలోచిస్తూ నిలబడి ఉన్నాడు, అతని కళ్ళు ఒక నిర్దిష్ట విషయంపై స్థిరంగా ఉన్నాయి. ఆ స్త్రీ చివరికి ఏడుపు ఆపి ఇలా అడిగింది:

"ఏం చూస్తున్నావు?"

"గులాబీల పొలం," అన్నాడు ఆ వివేకి. "దేవుడు చాలా ఉదారంగా నాకు కూడా జ్ఞాపకశక్తిని కూడా ఇచ్చాడు. నేను వసంతాన్ని, ఎప్పుడూ గుర్తుచేసుకుంటానని దేవుడికి తెలుసు.

గురువుగారు ఇలా అన్నారు

ఒకరి వ్యక్తిగత చరిత్రని అనుసరించడం అంత సులభం కాదు.

దీనికి భిన్నంగా, అలా చేయడం వల్ల ప్రమాదాలు కూడా ఉన్నాయి.

మనకు ఏదైనా కావాలనుకున్నప్పుడు, దానిని పొందడానికి మనం అన్ని శక్తులను దానిపై కేంద్రీకరిస్తాము. మన జీవితానికి నిజమైన అర్థాన్ని దాచుకోలేము.

మనకు ఏదైనా కావాలనుకున్నప్పుడు, మనం దానికి చెల్లించాల్సిన మూల్యాన్ని ఎంచుకుంటాం.

మన కలని సాకారం చేసుకోదలిస్తే దాని మూల్యాన్ని చెల్లించాల్సి వస్తుంది. అటువంటప్పుడు మన పాత అలవాట్లను విడిచిపెట్టవలసి ఉంటుంది; లేకపోతే కష్టాలని, నిరుత్సాహాన్ని కలిగించవచ్చు.

మూల్యం ఎంత ఎక్కువ ఉన్నప్పటికీ, అది వారి వ్యక్తిగత చరిత్రని అనుసరించని వారు చెల్లించే మూల్యం కన్న ఎక్కువగా ఉండదు, ఎందుకంటే వారు ఏదో ఒక రోజు గతంలో చేసిన ప్రతివిషయాన్ని గమనిస్తారు. "నేను నా జీవితాన్ని వృథా చేసుకున్నాను." అని మనస్సు వాపోవడం వింటారు.

నన్ను నమ్మండి, ఇలాంటి క్రూరమైన పదాలు ఎవరికైన వినిపించేవే.

పాలో కొయిలో

కార్లోస్ కాస్టానెడా రాసిన ఒకపుస్తకంలో తనగురువు ప్యాంట్‌పై వేరే విధంగా బెల్ట్ ఎలా ధరించమని చెప్పాడో వివరించాడు. కాస్టానెడా తనకు శక్తివంతమైన అభ్యాస సాధనం అందించినట్లు మనస్సుకి నచ్చజెప్పుకుని గురువు సూచించిన విధంగా చేసాడు. కొన్ని నెలల తర్వాత, తన గురువుకి ఈ మంత్ర సాధనకు ధన్యవాదాలు చెప్పి తను మునుపటి కంటే వేగంగా నేర్చుకుంటున్నానని చెప్పాడు.

"నా బెల్టును మరొక విధంగా ధరించడం ద్వారా, నేను ప్రతికూల శక్తిని సానుకూలంగా మార్చుకున్నాను," అని అతను చెప్పాడు.

గురువు గారు పగలబడి నవ్వాడు.

బెల్టు శక్తిని మార్చదు! నేను అలా చేయమని చెప్పడానికి కారణం ఏమిటంటే, మీరు మీ ప్యాంటు వేసుకున్నప్పుడల్లా, మీరు ఇంద్రజాలకుడి శిష్యులమని గుర్తు చేసుకోవాలి. అది ఒక అవగాహన అంతే, మీరు ఎదగడానికి సహాయపడింది మీ బెల్ట్ కాదు" అన్నారు.

ఒక గురువుకు వందలాది మంది శిష్యులు ఉండేవారు. ఒక్కడు తప్ప మిగతా వారంతా గురువు గారి అవసాన దశలో ప్రార్థనలు చేశారు. ఆ శిష్యుడు ఎప్పుడూ తాగుతుండేవాడు.

చనిపోయే రోజు, గురువుగారు తాగుబోతుని పిలిపించాడు.

అతనికి తాను దాచుకున్న రహస్యాలన్నింటినీ వెల్లడించాడు.

మిగతా శిష్యులకు కోపం వచ్చింది.

"అది అవమానకరం! మన గుణాలను చూడలేని గురువు కోసం మనల్ని మనం త్యాగం చేసుకున్నాం." అని అరిచారు.

గురువుగారు ఇలా అన్నారు

"నేను ఆ రహస్యాలను నాకు బాగా తెలిసిన వ్యక్తికి తెలియజేయాలి. సద్గుణవంతులుగా కనిపించే వారిలో సాధారణంగా అహంకారం, గర్వం, అసహనం వంటి లక్షణాలుంటాయి. అందుకే లోపమున్న ఒక్క శిష్యుడిని ఎన్నుకున్నాను ఆ లోపం కూడా బాగా తెలిసిందే. అదే మద్యపానం."

పాలో కొయిలో

సిస్టెర్సియన్ సన్యాసి మార్కోస్ గార్సియా అందించిన మాటలు: "దేవుడు కొన్నిసార్లు ఒక నిర్దిష్ట వరాన్ని ఉపసంహరించుకుంటాడు ఎందుకంటే మనుష్యులు అప్పుడు దేవుడిని కేవలం సహాయం చేసే వాడిగాను అభ్యర్థనలు మంజూరు చేసే వ్యక్తిగాను కాక ఇంకా ఉన్నతంగా పరిగణిస్తారు. ఆత్మను పరీక్షించడంలో దేవుడు ఎంత దూరం వెళ్ళగలడో తెలిసినా, అయినా ఎప్పుడూ ఓ స్థాయికి మించి పోడు.

"అటువంటి సమయాల్లో 'దేవుడు నన్ను విడిచిపెట్టాడు అని మనం ఎప్పుడూ చెప్పకూడదు.' దేవుడు ఎప్పుడూ అలా చేయడు: మనం కొన్నిసార్లు, ఆయనని విడిచిపెట్టగలం.

దేవుడు మనలను గొప్ప పరీక్షకు గురిచేస్తే, ఎల్లప్పుడూ మనకు అందుకు తగినంత శక్తిని యిస్తాడు. అంతేకాదు అంతకన్నాకూడా ఎక్కువగానే జీవించడానికి అవసరమైన లక్షణాలు ఇస్తాడు.

"మనం దేవుని నుండి దూరంగా ఉన్నట్లు మనకి అనిపించినప్పుడు, మనల్ని మనం ఇలా ప్రశ్నించుకోవాలి:

ఆయన మనమార్గంలో ఉంచినవాటిని మనం సద్వినియోగం చేసుకుంటున్నామా?"

మనము కొన్నిసార్లు మన తోటి మనుషుల నుండి ఎలాంటి పలకరింపు లేకుండా రోజులు లేదా, వారాలు గడుపుతాము. ఇలా గడపడం చాలా కష్టం.ఆర్ద్రత నశించి నిస్సారంగా జీవితం మారినప్పుడు మనుగడ ప్రశ్నార్థకమవుతుంది.

గురువుగారు ఇలా అన్నారు

మన అగ్నిని మనమే సృష్టించుకోవాలి. గదిలో చీకటి పోయేలా మరిన్ని చెక్కలు వేసి వెలుగును పెంచుకున్నట్లే మన జీవితంలో కాంతిని తెచ్చుకునే ప్రయత్నం చేయాలి.

మంటల శబ్దం, చెక్కలు విరుగుతున్న శబ్దం, మంటలు చెప్పే అనేక కథలు వింటుంటే, మనలో ఆశ తిరిగి వస్తుంది.

మనం ప్రేమించగల సామర్థ్యం కలిగి ఉంటే, మనం కూడా ప్రేమపొందగలుగుతాము. ఇది కేవలం సమయంతో ముడిపడిన విషయం.

పాలో కొయిలో

విందు సమయంలో, ఎవరో ఒక గాజు పగలగొట్టారు.

"అది అదృష్టానికి సంకేతం" అన్నాడు అతిథి.

అక్కడ అందరికీ ఈ సంప్రదాయం తెలుసు.

"అది అదృష్టానికి సంకేతం ఎలా అవుతుంది?" అక్కడ ఉన్న ఒక యూదుల గురువు అడిగాడు.

"నాకు తెలియదు, బహుశా ఇది కేవలం అతిథుల మనస్సులో ఎలాంటి అనుమానం రాకుండా ఉండేలా చేయడానికి మార్గం అయివుండవచ్చు." అని యాత్రికుడి భార్య చెప్పింది.

"లేదు, అది సరైన వివరణ కాదు," అన్నాడు యూదుల గురువు. "కొన్ని యూదు సంప్రదాయాల ప్రకారం మనలో ప్రతి ఒక్కరికి అదృష్టం కోటా నిర్దిష్టంగా ఇవ్వబడింది.

దానిని మన జీవితాంతం ఉపయోగిస్తాము.

మనకు నిజంగా అవసరమైన వాటిపై మాత్రమే మన అదృష్టాన్ని ఉపయోగిస్తే, అప్పుడు మనం వడ్డీని కూడా సంపాదించుకోవచ్చు, లేదా మనం దానిని వదిలివేయవచ్చు.

"మా యూదులలోనూ ఎవరైనా గాజు పగలగొట్టినప్పుడు 'అదృష్టం' అంటాము.

దీని అర్థం ఏమిటంటే గ్లాస్ పగలకుండా ఉండటానికి ప్రయత్నించి మీరు మీ అదృష్టాన్ని వృధా చేసుకోలేదు, కాబట్టి మీకు ఇంకా అదృష్టం ఉంది దానిని మరింత ముఖ్యమైన విషయాలపై ఉపయోగించండి."

మక్తుబ్

స్కెటిస్ ఆశ్రమానికి సమీపంలో ఋషిగా పేరు తెచ్చుకున్న సన్యాసి ఒకరు నివసిస్తున్నారని మఠాధిపతి అబ్రహంకు తెలుసు. అబ్రహాం అతనిని సందర్శించడానికి వెళ్లి ఇలా అడిగాడు:

"ఈరోజు మీకు మీ మంచం మీద ఒక అందమైన స్త్రీ కనిపిస్తే ఆమె స్త్రీ కాదని మీరు అనుకోగలరా?"

"లేదు," సన్యాసి అన్నాడు, "కానీ నన్ను నేను నియంత్రించుకోగలను."

మఠాధిపతి ఇలా కొనసాగించాడు:

"మీకు ఎడారిలో బంగారు నాణేలు కనిపిస్తే, వాటిని కేవలం రాళ్లుగా చూడగలరా?"

"లేదు," అని సన్యాసి చెప్పాడు, "కానీ నేను వాటిని తీయకుండా నన్ను నేను నియంత్రించుకోగలను."

అప్పుడు అబ్రహం ఇలా అడిగాడు:

"మిమ్మల్ని ఇద్దరు సోదరులు సందర్శించితే, అందులో ఒకరు ద్వేషించేవాడు, మరొకడు మిమ్మల్ని ప్రేమించేవాడు, వారిరువురిని సమానంగా చూడగలరా?"

"లోపల ఎంత బాధగా ఉన్నా, నన్ను ప్రేమించిన వాడితో సమానంగా ద్వేషించినవాడిని చూస్తాను." అని సన్యాసి సమాధానం చెప్పాడు: అబ్రహాం మఠానికి తిరిగి వచ్చి అనుభవజ్ఞులతో ఇలా అన్నాడు.

"నేను మీకు ఋషి అంటే ఏమిటో వివరించబోతున్నాను. అతను తన కోరికలను చల్లార్చుకోవడానికి బదులుగా, నియంత్రించు కుంటున్నవ్యక్తి."

పాలో కొయిలో

డబ్ల్యు. ఫ్రేసియర్ తన జీవితమంతా అమెరికన్ వెస్ట్ ఆక్రమణ గురించి వ్రాసాడు.

గ్యారీ కూపర్ నటించిన సినిమాకి స్క్రిప్టును తన రెజ్యూమ్ లో చేర్చగలిగినందుకు గర్వపడుతున్నానని, చాలా అరుదుగా విసుగు చెందానని అతను చెప్పాడు.

"నేను అమెరికన్ మార్గదర్శకుల నుండి చాలా నేర్చుకున్నాను. వారు భారతీయులతో పోరాడారు. ఎడారులు దాటి, మారుమూల ప్రాంతాల్లో నీరు ఆహారం కోసం వెతుకుతూ వెళ్లారు.

అన్ని సమకాలీన రికార్డులు ఒక ఆసక్తికరమైన లక్షణాన్ని చూపించాయి: మార్గదర్శకులు మంచి విషయాల గురించి మాత్రమే వ్రాసారు లేదా మాట్లాడారు. వారు ఎదుర్కొన్న ఇబ్బందుల గురించి ఫిర్యాదు చేయడానికి బదులుగా, పాటలు పాడుకుని జోకులు వేసుకున్నారు.

ఈ విధంగా వారు నిరాశ, నిస్పృహలను దూరంగా ఉంచారు.

"ఈ ఎనభై ఎనిమిది సంవత్సరాల వయస్సులో, నేను కూడా అదే చేయడానికి ప్రయత్నిస్తున్నాను."

ఈ వచనం జాన్ ముయిర్ మాటల నుండి స్వీకరించబడింది: నేను నా ఆత్మను విడిచిపెట్టాలనుకుంటున్నాను, తద్వారా దానికి సాధారణంగా ఆత్మలకు ఉన్న గుణాలు అన్ని ఆపాదించబడుతాయి.

అలాంటిది సాధ్యమైతే, నేను చంద్రుని క్రేటర్లను సందర్శించడానికి లేదా సూర్యుని సూర్యకిరణాలలో అతను అనుసరించడానికి ప్రయత్నించను. మంచి నక్షత్రం యొక్క అందాన్ని లేదా మానవుల కృత్రిమ నిరాశను అర్థం చేసుకోవడానికి ప్రయత్నించను.

నా ఆత్మను ఎలా విడిపించుకోవాలో నేను నేర్చుకున్నప్పుడు, నేను ఉదయపు వెలుగును అనుసరిస్తాను. కాలక్రమేణా దానిని అనుసరించడానికి ప్రయత్నిస్తాను. నా ఆత్మను ఎలా విడిపించుకోవాలో నేను నేర్చుకున్నప్పుడు, అన్ని జలాలు కలిసిపోయి ప్రపంచ ఆత్మను ఏర్పరుచుకునే సముద్ర అయస్కాంతం ప్రవహించే అయస్కాంత ప్రవాహాలలో నేను మునిగిపోతాను.

నా ఆత్మను ఎలా విడిపించుకోవాలో నేను నేర్చుకున్నప్పుడు, సృష్టి అద్భుతాన్ని మొదటి పేజీ నుండి చదవడానికి ప్రయత్నిస్తాను.

క్రైస్తవ మతం యొక్క పవిత్ర చిహ్నాలలో ఒకటి పెలికాన్(కొంగ) వివరణ చాలా సులభం. మరి ఏ ఇతర ఆహారం లేనప్పుడు, తల్లి కొంగ తన రొమ్మును పొడుచుకుని, పిల్లలకు తన రక్తం, మాంసం తినిపిస్తుందని చెప్పబడింది.

గురువుగారు ఇలా అన్నారు

"మనకు లభించే వరాలను మనం అర్థం చేసుకోలేకపోతున్నాం. మనల్ని ఆధ్యాత్మికంగా అభివృద్ధి చేసు కోవడానికి దేవుడు ఏమి చేస్తాడో మనకు తరచుగా అర్థం కాదు.

పెలికాన్ గురించి ఒక కథ ఉంది, ఇది చాలా కఠినమైన శీతాకాలంలో, తను ప్రాణత్యాగం చేసి కొన్ని రోజులపాటు తన పిల్లలు తన మాంసం తిని బతికేలా చేసింది. అది పోషకాహారలోపాలవల్ల ప్రాణత్యాగం చేసినప్పుడు, దాని పిల్లలలో ఒకటి మరొక దానితో ఇలా చెప్పింది: "అమ్మయ్య మంచిదైంది. ప్రతి రోజూ అదేమాంసం తింటూ అలసిపోయాను."

మీరు దేనితోనైనా అసంతృప్తిగా ఉన్నట్లయితే–మీరు విజయం సాధించాలనుకునేది మంచిదే అయినా ఇప్పటివరకు విఫలమైనప్పుడు వెంటనే ఆపండి.

విషయాలు పని చేయకపోతే, కేవలం రెండు వివరణలు ఉన్నాయి మీ పట్టుదల శక్తులు పరీక్షించబడుతూ ఉంటాయి లేదా మీరు దిశను మార్చుకోవాల్సిన అవసరం ఉండవచ్చు.

ఈ రెండిటిలో ఏది సరైనదో తెలుసుకోవడానికి–అవి రెండు వ్యతిరేక స్థానాలకు ప్రాతినిధ్యం వహిస్తున్నందున నిశ్శబ్దంలో, ప్రార్థనలో ఆశ్రయం పొందండి. క్రమంగా, నిగూఢంగా, విషయాలు స్పష్టం అవుతాయి. చివరికి మీరు ఎంపిక చేసుకోవడానికి తగిన బలం పొందుతారు.

మీరు నిర్ణయించుకున్న తర్వాత, ఇతర అవకాశాలను మరచిపోండి, ముందుకు సాగండి, ఎందుకంటే దేవుడు పరాక్రమవంతుల వైపె ఉంటాడు.

బ్రెజిలియన్ రచయిత ఫెర్నాండో సబినో, తండ్రి డొమింగోస్ సబినో తరచుగా తన కొడుకుతో ఇలా అనేవాడు: చివరికి అన్ని విషయాలు బాగానే ముగింపుకి వస్తాయి. ఒకవేళ అలా జరగకపోతే, నువ్వు ఇంకా ముగింపుకు చేరుకోలేదని అర్థం.

స్వరకర్త నెల్సన్ మొట్టా బ్రెజిల్‌లోని బహియాలో ఉన్నప్పుడు, ఆధ్యాత్మిక నాయకుడు మెనినిన్హా డో గాంటోయిస్‌ను సందర్శించాలని నిర్ణయించుకున్నాడు. అతను టాక్సీలో బయలుదేరాడు, కానీ దారిలో, కారు బ్రేకులు విఫలమయ్యాయి. అది వేగవంతమైన మార్గం మధ్యలో అదుపు తప్పింది. షాక్‌కి గురి కాకుండా, డ్రైవర్, ప్రయాణీకులు ఇద్దరూ క్షేమంగా ఉన్నారు. నెల్సన్ మే మెనినిన్హాను కలుసుకున్నప్పుడు, అతను వెంటనే ప్రమాదం గురించి ఆమెకు చెప్పాడు. ఆమె చెప్పింది: “మన విధిలో కొన్ని విషయాలు వ్రాయబడి ఉన్నాయి, కానీ దేవుడు ఏదో ఒకవిధంగా మనల్ని సురక్షితంగా వాటిని అధిగమించేలా చేస్తాడు. మీ జీవితంలోని ఈ సమయంలో ఒక కారు ప్రమాదం మీ విధిలో స్పష్టంగా ఉంది, కానీ మీకు జరగాల్సిన ప్రతిదీ జరిగింది, జరగలేదు. మీరు భావిస్తున్నట్లుగా ఏమీ జరగలేదు.

"కామినో డి శాంటియాగో గురించి మీరుమాట్లాడిన విషయాలలో ఏదో మిస్ అయింది" అని ఒక యాత్రికుడు తన ఉపన్యాసం ముగింపులో ప్రయాణికుడితో చెప్పాడు. "చాలా మంది యాత్రికులు, కామినోలో లేదా జీవిత మార్గంలో, ఎల్లప్పుడూ ఇతరులతో కలిసి ఉండటానికి ప్రయత్నించడం నేను గమనించాను.

"యాత్ర ప్రారంభించే ముందు నేను నా గ్రూపుతో కలిసి ఉండడానికి ప్రయత్నించాను. కానీ చాలా అలసిపోయినట్లు గుర్తించాను. నేను నా శరీరం గురించి పట్టించుకుంటున్నాను. నేను చాలా ఒత్తిడికి గురయ్యాను. నా ఎడమ పాదం లోని నరాల సమస్యలను ఎదుర్కొన్నాను.

"దీని వల్ల నేను రెండు రోజులు నడవలేని స్థితికి చేరుకున్నాను, నేను నా స్వంత లయకు అనుగుణంగా ఉంటేనే శాంటియాగో డి కంపోస్టెలాకు చేరుకుంటానని అప్పుడు గ్రహించాను.

"నేను ఇతరులకన్నా ఎక్కువ సమయం తీసుకున్నాను, ఒంటరిగా అనేక మార్గాల్లో నడవాల్సి వచ్చింది, కానీ నా స్వంత లయను అమలుచేస్తూ ప్రయాణాన్ని పూర్తి చేయగలిగాను. అప్పటి నుండి, నేను జీవితంలో చేయవలసిన ప్రతిదానికీ దానిని వర్తింపజేసాను."

లిడియా రాజు క్రోయస్, పర్షియన్లపై దాడి చేయాలని నిశ్చయించు కున్నాడు, అయితే, అతను ముందుగా డెల్ఫీలోని గ్రీకు ఒరాకిల్‌ను సంప్రదించాలని నిర్ణయించుకున్నాడు.

"మీరు ఒక గొప్ప సామ్రాజ్యాన్ని నాశనం చేయాలని నిర్ణయించుకున్నారు" అని ఒరాకిల్ అన్నారు.

ఈ మాట విన్న, క్రొయెసస్ యుద్ధం ప్రకటించాడు. రెండు రోజుల పోరాటం తరువాత, లిడియా పర్షియన్లచే ఆక్రమించబడింది, వారు రాజధాని నగరాన్ని కొల్లగొట్టి, క్రొయెసస్‌ను బందీగా తీసుకున్నారు. ఆగ్రహానికి గురైన క్రోయసస్, గ్రీస్‌లోని తన రాయబారిని ఒరాకిల్‌కు తిరిగి వెళ్లి, తాము మోసపోయామని చెప్పమని ఆదేశించాడు.

"లేదు, మీరు మోసపోలేదు, మీరు ఒక గొప్ప సామ్రాజ్యాన్ని నాశనం చేసారు: అది లిడియా." ఒరాకిల్ బదులిచ్చారు.

గురువుగారు ఇలా అన్నారు

మనం చూడటానికి, ముందుకు సాగడానికి ఉత్తమమైన మార్గాన్ని నేర్పడానికి సంకేతాల భాష ఉంది. అయితే, మనం తరచుగా ఆ సంకేతాల అర్థాన్ని వక్రీకరించడానికి ప్రయత్నిస్తాము, తద్వారా అవి మనం ఏది చేయాలనుకుంటున్నామో దానితో ఏకీభవిస్తాయి.

రచయిత ఫెలిస్ లియోనార్డో బుస్కాగ్లియా మాగీ యొక్క నాల్గవ సభ్యుని కథను చెబుతాడు, అతను బెత్లెహేమ్‌పై నక్షత్రం మెరవడాన్ని చూశాడు, కానీ అతను ఎల్లప్పుడూ యేసు ఉండే ప్రదేశాలకు చాలా ఆలస్యంగా వస్తాడు, ఎందుకంటే అతను తన సహాయం కోసం వేడుకునే పేదలు, నిర్భాగ్యులకు సహాయం చేయడానికి ఆగవలసి ఉంటుంది.

ఈజిప్టు, గలిలయ, బేతనీ గుండా యేసును ముప్పై సంవత్సరాలపాటు అనుసరించిన తరువాత మాగస్ జెరూసలేముంకు చేరుకున్నాడు. ఎంతో ఆలస్యం అయింది, పిల్లవాడు అప్పటికే పురుషుడిగా ఎదిగాడు. అదే రోజున శిలువ వేయబడ్డాడు. మాగస్ యేసుకు ఇవ్వడానికి కొన్ని ముత్యాలను తీసుకువచ్చాడు, కానీ అతను తన ప్రయాణంలో కలుసుకున్న వ్యక్తులకు సహాయం చేయడానికి వాటిని విక్రయించవలసి వచ్చింది. ఒక్క ముత్యమే మిగిలి ఉంది, యేసు అప్పటికే చనిపోయాడు.

"నా జీవిత లక్ష్యంలో నేను విఫలమయ్యాను" అని మాగస్ భావించాడు.

అప్పుడు అతను ఒక స్వరాన్ని విన్నాడు:

"మీరు మీ జీవితమంతా నన్ను కలుస్తూనే ఉన్నారు. నేను నగ్నంగా ఉంటే, మీరు నాకు దుస్తులు ధరింపచేశారు. నేను ఆకలితో ఉన్నప్పుడు మీరు నాకు తినిపించారు. నేను జైలులో ఉన్నప్పుడు, మీరు నా దగ్గరకు వచ్చారు. దారిలో మీరు కలుసుకున్న పేదలందరిలో నేను ఉన్నాను. ఇన్ని ప్రేమ బహుమతులు ఇచ్చినందుకు చాలా ధన్యవాదాలు" అని ఆ స్వరం పలికింది.

సాంకేతిక నిపుణుడిగా, ఇంజనీరుగా లేదా మెకానిక్కుగా ఏదైనా పని చేయడానికి దాదాపు ప్రతి ఒక్కరూ సిద్ధంగా వున్న సమాజాన్ని ఒక సైన్స్ ఫిక్షన్ కథ వివరిస్తుంది. కొంతమంది ప్రత్యేక నైపుణ్యం లేకుండా జన్మిస్తారు, వారు మానసిక వైద్య చికిత్సాలయానికి పంపబడతారు, ఎందుకంటే అటువంటి వారు సమాజానికి సహకరించలేరు.

ఖైదీలలో ఒకరు తిరుగుబాటు చేశారు. చికిత్సాలయంలో ఒక గ్రంథాలయం ఉంది, అతను సైన్స్, కళ గురించి తాను నేర్చుకోగలిగినంత నేర్చుకోవడానికి ప్రయత్నించాడు.

తను తగినంతగా నేర్చుకున్నానని భావించినప్పుడు, అతను తప్పించుకోవాలని నిర్ణయించుకుంటాడు, కాని పట్టుబడ్డాడు. అతనిని నగరం వెలుపల ఉన్న పరిశోధనా కేంద్రానికి తీసుకువెళ్లారు.

"స్వాగతం" అని అక్కడ పనిచేస్తున్న వారిలో ఒకరు చెప్పారు. "తమదారిని తాముకనుక్కున్న వారిని మేము మెచ్చుకుంటాం. ఇప్పటి నుండి, మీరు ఏమి చేయాలనుకుంటున్నారో అది చేయవచ్చు, ఎందుకంటే మీలాంటి వ్యక్తుల వల్లనే ప్రపంచం అభివృద్ధి చెందగలదు" అని అన్నారు.

సుదీర్ఘ ప్రయాణానికి బయలుదేరే ముందు, వ్యాపారవేత్త తన భార్యకు వీడ్కోలు చెప్పాడు.

"నాకు అర్హమైన బహుమతిని మీరు నాకు ఎప్పుడూ ఇవ్వలేదు" అని ఆమె అంది.

"కృతజ్ఞత లేని దాన, నేను నీకు సంవత్సరాల తరబడి శ్రమపడి ఇచ్చిందంతా వృధా అయింది" అని భర్త అన్నాడు. ఇంతకంటే ఇంకేం ఇవ్వగలను?

"నాలాగా అందమైన బహుమతి".

భార్య తన బహుమతి కోసం రెండు సంవత్సరాలు వేచి ఉంది, ఆమె భర్త తిరిగి వచ్చినప్పుడు, "చివరకు నేను నీలాంటి అందమైనదాన్ని కనుగొనగలిగాను" అన్నాడు.

నీ కృతఘ్నుతకు నేను ఏడ్చాను, కానీ నీ కోరికను నెరవేర్చాలని నిశ్చయించుకున్నాను. నీలాగే అందంగా ఉండటానికి నేను మీకు ఏమి ఇవ్వగలను అనే దాని గురించి ఇంతకాలం ఆలోచించాను, చివరికి దీనిని కనుగొన్నాను అని అతను ఒక చిన్న అద్దం చూపెట్టాడు.

జర్మన్ తత్వవేత్త ఫ్రెడరిక్ నీట్జ్ ఒకసారి ఇలా అన్నాడు:
"ప్రతిదాన్ని గురించి వాదించడంలో అర్థం లేదు; అప్పుడప్పుడు పొరపాటు చేయడం మానవ స్థితిలో భాగం".

గురువుగారు ఇలా అన్నారు

"ప్రతి చిన్న విషయంలో కూడా సరిగ్గా ఉండాలనే మక్కువ ఉన్న వ్యక్తులు ఉన్నారు. తరచుగా మనం తప్పులు చేయడానికి ఇష్టపడము.

ఈవైఖరితో మనం సాధించగలిగేది భయంతో ముందుగు సాగడమే.

పొరపాట్లు చేస్తామనే భయం, మనల్ని కోట మధ్యలో ఖైదు చేసే తలుపులాంటిది. మనం ఆ భయాన్ని అధిగమించగలిగితే, మన వ్యక్తిగత స్వేచ్ఛ వైపు అడుగులు వేస్తాము.

ఒక అనుభవం లేని వ్యక్తి స్కెటిస్ ఆశ్రమంలో మఠాధిపతి నిస్టెరోస్‌ని ఇలా అడిగాడు:

"దేవుని సంతోషపెట్టాలంటే నేను ఏమి చేయాలి?"

మఠాధిపతి స్పందించారు:

"అబ్రహాం అపరిచితులను స్వాగతించాడు, దేవుడు సంతోషించాడు.

ఏలీయా అపరిచితులను ఇష్టపడలేదు దేవుడు సంతోషించాడు. డేవిడ్ అతను చేసిన దాని గురించి గర్వపడ్డాడు, దేవుడు సంతోషించాడు. పన్ను వసూలు చేసేవాడు. దేవాలయంలో అతను చేసిన పనికి సిగ్గుపడ్డాడు.

దేవుడు సంతోషించాడు. జాన్ బాప్టిస్ట్ అరణ్యానికి వెళ్ళాడు దేవుడు సంతోషించాడు. యోనా నీనెవె గొప్ప నగరానికి వెళ్ళాడు, దేవుడు సంతోషించాడు.

"మీ ఆత్మని ఏమి చేయాలనుకుంటున్నారో అడగండి. మన ఆత్మ కలలతో ఏకీభవిస్తే. దేవుడు దానిని సంతోషంతో నింపుతాడు."

ఒక బౌద్ధ గురువు తన శిష్యులతో కలిసి కాలినడకన ప్రయాణిస్తున్నాడు. శిష్యులు తమలో ఎవరు ఉత్తమమైనవారు అనే విషయమై వాదించుకోవడం గమనించారు.

"నేను పదిహేనేళ్లుగా ధ్యానం చేస్తున్నాను" అని ఒకరు చెప్పారు.

"నేను నా తల్లిదండ్రుల ఇంటిని విడిచిపెట్టినప్పటి నుండి నేను దాతృత్వాన్ని అభ్యసిస్తున్నాను" అన్నాడు మరొకడు.

"నేను ఎల్లప్పుడూ బుద్ధుని బోధనలను అనుసరించాను" అని మూడవవాడు చెప్పాడు.

మధ్యాహ్న సమయంలో, వారు విశ్రాంతి తీసుకోవడానికి ఒక ఆపిల్ చెట్టు క్రింద ఆగారు.

కొమ్మలు పండ్లతో నిండి బరువుతో నేల వైపు వంగి ఉన్నాయి.

గురువుగారు ఇలా అన్నారు

"ఒక చెట్టు పండ్లతో నిండినప్పుడు, నేలను తాకుతూ దాని కొమ్మలు వంగి ఉంటాయి.

అదే విధంగా, నిజమైన జ్ఞాని ఒక్కడే వినయవంతుడు. చెట్టు ఫలించనప్పుడు, దాని కొమ్మలు అహంకారం, గర్వం తో ఉంటాయి. అదే విధంగా, మూర్ఖుడు ఎప్పుడూ తన తోటి వారి కంటే తానే గొప్పవాడినని అనుకుంటాడు."

ఆఖరి విందులో, యేసు ముందే ఊహించినట్లుగా, అతని ప్రధాన శిష్యులలో ఇద్దరు నేరాలకు పాల్పడ్డారు, వారిరువురిపై ఆయన సమానంగా తీవ్ర ఆరోపణలు చేశారు.

జుడాస్ ఇస్కారియోట్ తన తప్పును గ్రహించి ఆత్మహత్య చేసుకున్నాడు. పీటర్ ప్రతిదీ మూడుసార్లు తిరస్కరించిన తర్వాత తన తప్పును కూడా గ్రహించాడు.

నిర్ణయాత్మక సమయంలో, పీటర్ యేసు సందేశంలోని వాస్తవాన్ని అర్థం చేసుకున్నాడు.

క్షమాపణ కోరాడు. అవమానించబడినప్పటికీ, వినయపూర్వకంగానే కొనసాగించాడు.

అతను ఆత్మహత్యను ఎంచుకోవచ్చు. ఇతర ప్రధాన శిష్యులతో అతను మాట్లాడి ఉండవచ్చు. కానీ అతను ఈ క్రింది విధంగా చెప్పాడు:

"సరే, మానవ జాతి ఉన్నంత వరకు ప్రజలు నా తప్పు గురించి మాట్లాడనివ్వండి.

కానీ ఆ తప్పును సరిదిద్దుకోవడానికి నన్ను అనుమతించండి."

ప్రేమ అంటే క్షమాపణ అని పీటర్ అర్థం చేసుకున్నాడు. జుడాస్ అర్థం చేసుకోలేదు.

పాలో కొయిలో

ఒక ప్రముఖ రచయిత తన స్నేహితుడితో కలిసి నడుచుకుంటూ వెళుతున్నాడు.

వేగంగా వెళుతున్న ఒక ట్రక్కును గమనించకుండా ఒక బాలుడు రోడ్డు దాటుతుండడాన్ని గమనించిన రచయిత మెరుపు వేగంతో రోడ్డుపై ఒక్క దూకు దూకి ఆ బాలుడ్ని కాపాడాడు.

తను చేసిన సాహసాన్ని ఇతరులు అభినందించే లోపే రచయిత ఆ బాలుడ్ని చెంపదెబ్బ కొట్టి ఇలా అన్నాడు:

"భ్రమలలో బతకకు బాబు. ఇప్పుడు నేను రక్షించానంటే దాని అర్థం నువ్వు పెరుగుతున్నప్పుడు ఎదురయ్యే అన్ని సమస్యల నుండి తప్పించుకుంటావని కాదు."

గురువుగారు ఇలా అన్నారు

మనం ఒక మంచి పని చేసినప్పుడు కొన్నిసార్లు ఇబ్బంది పడతాం.

మనం ఉదారంగా ప్రవర్తించినప్పుడు, ఇతర వ్యక్తులను ఆకట్టుకోవడానికి ప్రయత్నిస్తున్నామనో, దేవుడుకి లంచం ఇస్తున్నామనేటువంటి అపరాధభావం మనను వెంటాడుతుంటుంది.

మానవ స్వభావం తప్పనిసరిగా మంచిదని అంగీకరించడం కష్టంగా అనిపిస్తుంది.

వ్యంగ్యం ఉదాసీనతవంటి హావభావాలతో మనము దానిని కప్పిపుచ్చుకుంటాము.

ఎందుకంటే ప్రేమ అనేది బలహీనత యొక్క పర్యాయపదం.

మక్తుబ్

అతను బల్ల వైపు చూసాడు, భూమిపై తన ఉనికికి ఉత్తమమైన చిహ్నం ఏమిటా అని ఆలోచించసాగాడు. అతని ముందు గెలిలియో నుండి వచ్చిన దానిమ్మపండ్లు ఉన్నాయి, దక్షిణ ఎడారుల నుండి సుగంధ ద్రవ్యాలు, సిరియా నుండి ఎండిన పండ్లు, ఈజిప్ట్ నుండి వచ్చిన ఖర్జూరాలున్నాయి.

వాటిలో ఒకదానిని అందుకోవడానికి చేయి ముందుకు చాస్తున్నప్పుడు అతనికి అన్ని ప్రాంతాల నుండి అందరూ తీసుకొచ్చిన వాటిలో ప్రపంచంలోని అన్ని ప్రాంతాలలో దొరకని దానిమ్మపండ్లు, ఖర్జూరాలు ఉన్న విషయం హఠత్తుగా జ్ఞాపకమొచ్చింది. మళ్ళీ వాటివైపు చూసేసరికి అతనికి మళ్ళీ మరొక ఆలోచన వచ్చింది.

సృష్టి యొక్క అద్భుతం దానిమ్మ, ఖర్జూరం, ఇతర పండ్లు. వాటికి మానవ జోక్యం అవసరం లేదు.

అప్పుడు అతను రొట్టె తీసుకొని, విరిచి, శిష్యులకి ఇచ్చి ఇలా అన్నారు:

“తీసుకోండి, తినండి, ఇది నా శరీరం.”

ఖర్జూరాలు, దానిమ్మపండ్లు, సిరియా నుండి వచ్చిన ఎండిన పండ్లల కాకుండా రొట్టె ప్రతిచోటా దొరుకుతుంది, అంతే కాకుండా రొట్టె దేవుడికి చేరువకావడానికి ఉత్తమ మార్గం. రొట్టె అనేది భూమి, మానవ శ్రమ యొక్క ఫలం.

గారడీ చేసేవాడు చతురస్రం మధ్యలో నిలబడి, మూడు నారింజలను తీసుకుని వాటిని గాలిలోకి విసరడం ప్రారంభించాడు. ప్రజలు అతని చుట్టూ గుమిగూడి అతని కదలికల నైపుణ్యం, ఏకాగ్రతను చూసి ఆశ్చర్యపోతున్నారు.

"జీవితం అలాంటిది" అని ఎవరో యాత్రికుడితో చెప్పారు. మనము ఎల్లప్పుడు ఒకచేతిలో నారింజని, మరొకదానిని గాలిలో వుంచుకుంటాం.

అది తేడా. నారింజను గాలిలోకి విసరడానికి గొప్ప నైపుణ్యం, జ్ఞానం ఉండాలి, అలా చేయడానికి దానికి ఒక పద్ధతి ఉంటుంది.

గారడీ చేసేవాడిలాగా మనం ఒక కలను ప్రపంచంలోకి విసిరివేస్తాము, కానీ దానిపై మనకు ఎల్లప్పుడు నియంత్రణ ఉండదు. అప్పుడు మనం దానిని భగవంతునికి అప్పగించి, తగిన సమయంలో, మనం కన్నకల గౌరవ ప్రదమైన మార్గంలో సాగి, నెరవేరి, మనకి అందాలని కోరుకోవాలి.

అంతర్గతంగా అభివృద్ధి కోసం అత్యంత శక్తివంతమైన వ్యాయామాలలో ఒకటి మనం స్వయంచాలకంగా చేసే పనులు అంటే శ్వాస తీసుకోవడం, రెప్పవేయడం లేదా మన చుట్టూ ఉన్న విషయాలను గమనించడం వంటివాటిపై శ్రద్ధ పెట్టడం.

మనం ఇలా చేసినప్పుడు, మన కోరికలు జోక్యం చేసుకోకుండా మన మెదడు మరింత స్వేచ్ఛగా పని చేయడానికి అనుమతిస్తాము.

పరిష్కారం కాని కొన్ని సమస్యలు పరిష్కరించబడుతాయి; అసాధ్యం అనిపించిన కొన్నికార్యాలు ఎలాంటి శ్రమ లేకుండా పూర్తి చేస్తాం.

గురువుగారు ఇలా అన్నారు

క్లిష్ట పరిస్థితిని ఎదుర్కొన్నప్పుడు, ఈ పద్ధతిని ప్రయత్నించండి.

దీనికి కొంచెం క్రమశిక్షణ అవసరం, కానీ ఫలితాలు ఆశ్చర్యకరంగా ఉంటాయి.

ఒక వ్యక్తి మార్కెట్‌లో కుండీలు అమ్ముతున్నాడు. ఒక స్త్రీ వచ్చి అమ్మకానికి ఉన్న వస్తువులను చూస్తోంది. కొన్ని కుండీలు పూర్తిగా సాదాగా ఉన్నాయి, మరికొన్ని కుండీలను బాగా అలంకరించి సంరక్షణలో ఉంచారు.

ఆమె వివిధ కుండీల ధర అడిగింది. అన్నిటి ధర ఒకే విధంగా ఉండడం ఆమెకు ఆశ్చర్యం కలిగించింది.

“అలంకరించినవి, సాధారణంగా ఉన్నవాటి ధర సమానంగా ఎలా ఉంటుంది?” అని అనుకుని. “తయారు చేయడానికి ఎక్కువ సమయం తీసుకున్న వాటితో సమానంగా, తక్కువ సమయం పట్టె వాటికి ఒకే ధరను ఎందుకు వసూలు చేస్తున్నారు అని అడిగింది?”

“నేను ఒక కళాకారుడిని, నేను తయారు చేసిన కుండీ ధరను వసూలు చేస్తాను. కానీ దాని అందం కోసం కాదు. అందం ఉచితంగా వస్తుంది.” అని చెప్పాడు కుండీ విక్రయదారుడు.

యాత్రికుడు చర్చిని విడిచిపెట్టిన తర్వాత ఒంటరి తనం అనుభవిస్తుండగా, ఒక స్నేహితుడు అతని దగ్గరకు వచ్చాడు.

"నేను మీతో మాట్లాడాలి," అని స్నేహితుడు చెప్పాడు.

యాత్రికుడు అతను తన వద్దకు రావడాన్ని ఒక మంచి సంకేతంగా భావించి చాలా సంతోషించాడు. అతను ముఖ్యమైనదని భావించిన ప్రతిదాని గురించి మాట్లాడటం ప్రారంభించాడు.

దేవుని వరాల గురించి, ప్రేమ గురించి మాట్లాడాడు.

దేవదూత తనని చూస్తున్నాడనడానికి సంకేతం ఆ స్నేహితుడు తన వద్దకు రావడమే. ఎందుకంటే కొన్ని నిమిషాల ముందు అతను ఒంటరితనం అనుభవిస్తుండగా ఇప్పుడు తనకు ఒక స్నేహితుడు తోడు దొరికాడని భావించాడు,

మిత్రుడు మౌనంగా తను చెప్పేదంతా విని, ధన్యవాదాలు చెప్పి వెళ్ళిపోయాడు. అతను వెళ్లిన తరువాత, సంతోషానికి బదులుగా, యాత్రికుడు ఇంతకుముందు కంటే ఒంటరిగా ఉన్నట్లు భావించాడు. అతని సాంగత్యాన్ని కలిగి ఉండాలనే ఉత్సాహంలో తనతో మాట్లాడవలసిన స్నేహితుడి అవసరాన్నిగురించి పట్టించుకోలేక పోయానని పశ్చాత్తాప పడ్డాడు.

యాత్రికుడు నేలవైపు చూడగా తన మాటలు కాలిబాటపై చెల్లాచెదురుగా పడి ఉండడం గమనించాడు. ఎందుకంటే ఆ సమయంలో ప్రపంచానికి వేరే ఏదో అవసరం ఉంది.

యువరాజు నామకరణానికి ముగ్గురు యక్షిణులు ఆహ్వానించబడ్డారు. మొదటి యక్షిణి అతనికి నిజమైన ప్రేమను కనుగొనే బహుమతి ఇచ్చింది. రెండవయక్షిణి తన ఇష్టానుసారం ఖర్చు చేయడానికి డబ్బు ఇచ్చింది. మూడవయక్షిణి అతనికి మంచి రూపాన్ని ఇచ్చింది.

కానీ–ప్రతి అద్భుత కథలోలాగే ఇందులోనూ ఒక దుర్మార్గపు మంత్రగత్తె ప్రత్యక్షమైంది.

తనను ఆహ్వానించనందుకు కోపంతో, "నీకు ఇప్పటికే అన్నీ ఉన్నాయి కాబట్టి, నేను నీకు ఇంకా ఎక్కువగా ఇస్తాను. నువ్వు చేసే ప్రతి పనిలో గొప్ప ప్రతిభను కనబరుస్తావు." అని శపించింది.

యువరాజు అందంగాడు, ధనవంతుడు, ప్రేమలో పెరిగాడు, కానీ అతను భూమిపై తన లక్ష్యాన్ని నెరవేర్చలేకపోయాడు. అతను అద్భుతమైన చిత్రకారుడు, శిల్పి, రచయిత, సంగీతకారుడు, గణిత శాస్త్రజ్ఞుడు, కానీ అతను ఏదీ పూర్తి చేయలేదు ఎందుకంటే అతను చాలా తేలికగా పరధ్యానంలో జారుకునేవాడు. ఎల్లప్పుడూ భిన్నంగా ఏదైనా చేయాలని కోరుకునేవాడు.

గురువుగారు ఇలా అన్నారు

అన్ని మార్గాలు ఒకే ప్రదేశానికి దారితీస్తాయి, కానీ మీ నిర్దిష్ట మార్గాన్ని ఎంచుకుని, దానిని చివరి వరకు అనుసరించండి; అన్ని మార్గాలని అనుసరించడానికి ఎప్పుడూ ప్రయత్నించవద్దు.

పద్దెనిమిదవ శతాబ్దానికి చెందిన ఒక అనామక గ్రంథం, ఆధ్యాత్మిక మార్గదర్శి కోసం వెతుకుతున్న ఒక రష్యన్ సన్యాసి గురించి పేర్కొంది.

ఒక గ్రామంలో ఒక తపస్వి నివసించాడని తెలిసింది, అతను మోక్షప్రాప్తి కోసం పగలు రాత్రి తనను తాను అంకితం చేసుకున్నాడని, ఒకరోజు సన్యాసికి తెలిసింది. ఆ మహానుభావుడిని వెతుకుతూ వెళ్లాడు.

"ఆత్మ మార్గంలో నన్ను నడిపించాలని నేను కోరుకుంటున్నాను," అన్నాడు సన్యాసి.

"ఆత్మకు దాని స్వంత మార్గం ఉంది, నీకు నీ దేవదూత మార్గనిర్దేశం చేస్తాడు నిరంతరంగా ప్రార్థించు." అన్నాడు తపస్వి.

"ఎలా ప్రార్థించాలో నాకు తెలియదు. మీరు నాకు నేర్పించాలని నేను కోరుకుంటున్నాను." అన్నాడు సన్యాసి.

"నిరంతరంగా ఎలా ప్రార్థించాలో మీకు తెలియకపోతే, భగవంతుడిని ప్రార్థించండి. నిరంతరాయంగా ఎలా ప్రార్థించాలో నేర్పించమని అడగండి.

"మీరు నాకు ఏమీ బోధించడం లేదు," అన్నాడు సన్యాసి.

"విశ్వాసాన్ని ప్రాథమిక గణితంలా ఎవరు చెప్పలేరు. విశ్వాసం యొక్క మార్గాన్ని అంగీకరించండి. విశ్వాసం తనకి తానుగా మీకు అందుతుంది." అన్నాడు తపస్వి.

స్పానిష్ కవి ఆంటోనియో మచాడో ఇలా వ్రాశాడు:
ప్రయాణికుడా, నీవు నీ అడుగుజాడలతో మార్గాన్ని తయారుచేస్తావు, అంతకన్నా ఇంకేమీ లేదు;

ప్రయాణికుడా, దారి లేదు, నువ్వు వెనక్కితిరిగి చూసుకుంటే మార్గం కనిపిస్తుంది, నడవడం ద్వారా నీవు మార్గాన్ని తయారుచేస్తావు మీరు వెనక్కి తిరిగి చూసుకుంటే, మీరు మార్గం చూస్తారు, అది మీరు మళ్లీ నడవలేని మార్గం.

ప్రయాణికుడా మార్గం లేదు, సముద్రంలో నౌకలు వెళ్లిపోగానే నీటిలో మిగిలే అలల అలజడిమాత్రమే ఉంది.

గురువుగారు ఇలా అన్నారు

మీరు ఫోన్‌లో మాట్లాడుతున్నప్పుడు కాగితంలోనో డైరీలోనో కొన్ని పదాలు అయినా వ్రాయండి.

రాయడం అనేది మనల్ని దేవునికి తోటి మానవులకు మరింత దగ్గర చేస్తుంది. ప్రపంచంలో మీ పాత్ర గురించి బాగా అర్థం చేసుకోవాలనుకుంటే వ్రాయండి. ఎవరూ చదవకపోయినా ఆత్మసాక్షిగా రాయండి. కేవలం రాయడం మన ఆలోచనలను క్రమబద్ధీకరించడానికి, మన చుట్టూ ఉన్న ప్రపంచాన్ని మరింత స్పష్టంగా చూడటానికి సహాయపడుతుంది. ఒక కాగితం ముక్క, పెన్ను అద్భుతాలు చేయగలవు – దుఃఖాన్ని తగ్గించగలవు, కలలను నిజం చేయగలవు, పోయిన ఆశలను పునరుద్ధరించగలవు.

పదమే శక్తి.

ఎడారిలో వుండే సన్యాసుల ప్రకారం, మనం దేవదూతలను వాటి పని అవి చేసుకునేలా స్వేచ్ఛగా వదిలేయాలి. అందుకే వారు కొన్నిసార్లు పువ్వులతో మాట్లాడటం లేదా కారణం లేకుండా నవ్వడం వంటి అసంబద్ధమైన పనులు చేసేవారు. రసవాదులు "దేవుని చిహ్నాలను" అనుసరిస్తారు, వీటికి పెద్దగా అర్థం ఉండదు కానీ ఇది తరచుగా ఎక్కడికో దారి తీస్తుంది.

గురువుగారు ఇలా అన్నారు

వెర్రితనం అని అన్నా భయపడవద్దు. ఈరోజే మీకు బోధించిన తర్కానికి విరుద్ధంగా ఏదైనా వేర్పండి.

మీరు బోధించిన దానికంటే కొంచెం తక్కువ తెలివిగా ఉండండి. ఆ చిన్న విషయం, ఎంత చిన్నదైనప్పటికీ, ఒక గొప్ప వాదనకి ఆధ్యాత్మికతకి తలుపులుతెరవవచ్చు.

ఒక వ్యక్తి మెర్సిడెస్ బెంజ్ కారును నడుపుతున్నాడు. టైర్ పేలింది.అతను టైర్ని మార్చడానికి ప్రయత్నిస్తాడు, అయితే అతని వద్ద జాక్ లేదు. సరే ముందుగా కనిపించిన ఇంటికి వెళ్లి జాక్ ఉంటే ఒకసారి ఇవ్వమని అడుగుదామనుకుని ఆలోచిస్తూ సహాయం కోసం వెతకసాగాడు.

"వ్యక్తి నా కారును చూసినప్పుడు, అతను జాక్ కోసం ఏదైన డబ్బుని ఆశించవచ్చు," అని అనుకుని. "పది డాలర్లు వసూలు చేయగలడు. లేదా బహుశా యాభై, ఎందుకంటే నాకు నిజంగా ఆ జాక్ అవసరమని అతనికి తెలుసు. అతను నా పరిస్థితి గ్రహించి లాభం పొందడానికి ప్రయత్నించవచ్చు. బహుశా వంద డాలర్లు కూడా వసూలు చేయవచ్చు."

అలా ఆలోచిస్తూ నడుస్తూ ధరను పెంచుకుంటూ పోతున్నాడు.

అతను ఒక ఇంటిని చేరుకున్నాడు. ఇంటి, యజమాని తలుపు తెరిచి, ఆ వ్యక్తిని చూసి అరిచాడు: "నువ్వు దొంగవి! జాక్ అంత విలువైనది కాదు. నువ్వు దానిని ఉంచుకోవచ్చు" అన్నాడు జాక్ని ఇస్తూ.

మనలో ఎవరు చెప్పగలరు మనం ఎప్పుడూ అలా ఆలోచించలేదని.

పాలో కొయిలో

మిల్టన్ ఎరిక్సన్ రూపొందించిన ఒక చికిత్సావిధానం అమెరికా సంయుక్త రాష్ట్రాలలో లక్షలాది మంది అనుచరులను సంపాదించి పెట్టింది. అతను పన్నెండు సంవత్సరాల వయస్సులో పోలియో బారిన పడ్డాడు. పది నెలలపాటు ఆ వ్యాధితో బాధపడిన తర్వాత, ఒక వైద్యుడు అతను తల్లిదండ్రులతో, "మీ కుమారుడికి ఈ రాత్రి గడవడం కష్టం" అని చెప్పడం విన్నాడు:

అప్పుడు ఎరిక్సన్ తన తల్లి ఏడుపు విని ఇలా అనుకున్నాడు:

"ఎవరికి తెలుసు? నేను ఈ రాత్రి బ్రతికితే, ఆమె అంతగా బాధపడకపోవచ్చు."

అతను మరుసటి రోజు తెల్లవారుజాము వరకు మేల్కొని ఉండాలని నిర్ణయించుకున్నాడు. ఉదయం, అతను తన తల్లిని పిలిచాడు:

"హే, నేను ఇంకా బ్రతికే ఉన్నాను!" అన్నాడు.

ఈ మాట ఆ కుటుంబానికి ఎంతో ఆనందం కలిగించింది.

అప్పటి నుండి, ఎరిక్సన్ ఎల్లప్పుడూ మరొక రోజు జీవించాలని నిర్ణయించుకున్నాడు. తద్వారా తన తల్లిదండ్రులు బాధ పడకూడదని నిర్ణయించుకున్నాడు.

అతను 1980లో డెబ్బై ఎనిమిదేళ్ల వయసులో మరణించాడు. మన పరిమితులను అధిగమించగల మన అసాధారణ సామర్థ్యంపై అద్భుతమైన పుస్తకాలు ఎన్నో రాసాడు.

మఠాధిపతితో ఒక అనుభవం లేని వ్యక్తి ఇలా అన్నాడు, "తండ్రీ, నా హృదయం ప్రపంచం పట్ల ప్రేమతో నిండి ఉంది, నా ఆత్మ అన్ని వికృత ప్రలోభాల నుండి విముక్తి పొందింది. నా తదుపరి కార్యక్రమం ఏమిటి?"

మఠాధిపతి ఆ అనుభవం లేని వ్యక్తిని తనతో పాటు అవసాన దశలో ఉన్న రోగిని సందర్శించడానికి రమ్మని అడిగాడు.

ఆరోగి కుటుంబాన్ని ఓదార్చిన తర్వాత మఠాధిపతి ఇంట్లో ఒక మూల ఉన్న ట్రంకు పెట్టెని గమనించాడు. ఆ ట్రంకు పెట్టెలో ఏమున్నాయి అని అడిగాడు.

"మా మావయ్య ఎప్పుడూ ధరించని బట్టలు, అతను ఎల్లప్పుడూ వాటిని ధరించడానికి సరైన సమయం కోసం ఎదురు చూస్తుండేవాడు, కానీ అవి లోపల పాడైపోతున్నాయి." అని మరణిస్తున్న వ్యక్తి మేనల్లుడు చెప్పాడు.

తిరిగి వచ్చిన తర్వాత అక్కడ ఉన్న ఆ ట్రంకు పెట్టెను మరిచిపోకు అని అనుభవం లేని వ్యక్తితో "నీ హృదయంలో ఆధ్యాత్మిక సంపద ఉంటే, దానిని ఈరోజే ఆచరణలో పెట్టు. లేకపోతే, అది పాడైపోతుంది." అన్నాడు మఠాధిపతి.

మనం ఆధ్యాత్మిక యాత్రకు బయలుదేరినప్పుడు, మనం దేవునితో చాలా మాట్లాడతాము, చివరికి దేవుడు చెప్పింది వినిపించుకోము అంటారు మార్మిక వాదులు.

గురువుగారు ఇలా అన్నారు

మనము ఎల్లప్పుడూ సరైన పని చేయాలనుకునే సహజ ధోరణిని కలిగి ఉంటాం. నిరంతరం పని చేయడం ద్వారా మాత్రమే మనం దాన్ని సాధించగలమని నమ్ముతాము. అయితే ఇది అంత సులభం కాదు; కొంచెం విశ్రాంతి తీసుకోవాలి.

ప్రయత్నించడం, పడటం, లేచి ముందుకు సాగడం ముఖ్యం, కానీ దేవుడు మనకు సహాయం చేయడానికి మనం అనుమతించాలి. ఏదైనా విషయంలో నిజంగా కష్టపడి పని చేస్తున్నప్పుడు, మనల్ని మనం నిశితంగా పరిశీలించుకోవాలని గుర్తుంచుకోండి. దేవుడు మనకి అందివచ్చి మార్గనిర్దేశం చేసేందుకు అనుమతించండి.

అప్పుడప్పుడు మనల్ని దేవుడు తన ఒళ్లో కూర్చోబెట్టుకోనివ్వండి.

ఆధ్యాత్మిక మార్గాన్ని ఎలా అనుసరించాలో సలహా కోరుతూ ఒక యువకుడు స్కెటిస్ మఠంలోని మఠాధిపతిని చూడటానికి వచ్చాడు.

"ఏడాది పొడవునా, మిమ్మల్ని అవమానించే లేదా మీ పట్ల దురుసుగా ప్రవర్తించే వారందరికి డబ్బు ఇవ్వండి" అని మఠాధిపతి అన్నాడు.

పన్నెండు నెలల పాటు, ఆ యువకుడు అదే చేసాడు, ఆపై తన తదుపరి అడుగు ఎలా ఉండాలో తెలుసుకోవడానికి తిరిగి మఠాధిపతి వద్దకు వెళ్ళాడు.

"నగరంలోకి వెళ్లి నాకు కొంత ఆహారం కొని తీసుకురండి", అన్నాడు మఠాధిపతి.

ఆ యువకుడు వెళ్ళిపోయిన వెంటనే, ఆ మఠాధిపతి ఒక బిచ్చగాడిగా మారువేషం ధరించి ఒక దగ్గర మార్గం గుండా, నగర ద్వారం వద్దకు చేరుకున్నాడు.

ఆ యువకుడు దగ్గరకు రాగానే, మారు వేషంలో ఉన్న మఠాధిపతి అతన్ని అవమానించడం ప్రారంభించాడు "బాగుంది! ఏడాది పొడవునా నేను నా పట్ల దూకుడుగా ఉన్న వారికి డబ్బు చెల్లించాల్సి వచ్చింది ఇక ఇప్పుడు నేను పైసా ఖర్చు లేకుండా ఉచితంగా అవమానించబడుతున్నాన్నన మాట!" అని బిచ్చగాడితో అన్నాడు.

అది విన్న మఠాధిపతి తన వేషాన్ని తొలగించాడు.

"మీరు తదుపరి దశకు సిద్ధంగా ఉన్నారు, ఎందుకంటే మీరు మీ సమస్యల చూసి నవ్వుకోగలరు." అన్నాడు.

పాలో కొయిలో

యాత్రికుడు ఇద్దరు స్నేహితులతో కలిసి న్యూయార్క్ లో నడుచుకుంటూ వెళ్తున్నాడు. అకస్మాత్తుగా, అతిసామాన్యంగా జరుగుతున్న సంభాషణ మధ్యలో, ఆ ఇద్దరు స్నేహితులు వాదించుకోవడం ప్రారంభించారు. దాదాపు కొట్టుకునే స్థితికి వచ్చారు.

ఆ తరువాత, వారు శాంతించినప్పుడు, వారు ఒక బార్లోకి వెళ్లారు.

వారిలో ఒకరు మరొకరికి క్షమాపణ చెప్పాడు:

"సన్నిహితంగా ఉన్నవారికి హాని కలిగించడం ఎంత సులభమో నేను గమనించాను. నువ్వు ఒక అపరిచితుడువి అయి ఉంటే నాకు ఇంత కోపం వచ్చేది కాదు.

ఖచ్చితంగా మనము స్నేహితులం కాబట్టి, నువ్వు నన్ను అందరికంటే బాగా అర్థం చేసుకున్నావు కాబట్టి, అది నీ పట్ల దూకుడుగా ఉండడానికి నాకు లైసెన్స్ ఇచ్చింది. అది మానవ స్వభావం."

బహుశా అంతే అయి ఉంటుంది, దానిని మనం అధిగమిద్దాం.

మనం ప్రత్యేకంగా ఒక వ్యక్తికి నిజంగా సహాయం చేయాలనుకుంటున్న సందర్భాలు ఉంటాయి కానీ మనం ఏమీ చేయలేము. పరిస్థితులు అయినా మనకు వ్యతిరేకంగా ఉంటాయి, లేదా అడగక పోవడం, ఏ విధమైన హావభావాలు లేకుండా ఉదాసీనంగా ఉండిపోవడంతో సాయంచేయలేం.

గురువుగారు ఇలా అన్నారు

ఇక మిగిలింది ప్రేమ. మనం వేరే ఏమీ చేయలేనప్పుడు, ప్రతిఫలంగా దేనినీ ఆశించకుండా చివరికి ఆ వ్యక్తి మారాలని, లేదా మనకు కనీసం కృతజ్ఞతలు చెప్పాలని కూడా ఆశించకుండా ప్రేమించవచ్చు.

మనం ఇలా చేస్తే, ప్రేమ యొక్క శక్తి మన చుట్టూ ఉన్నవిశ్వాన్ని మార్చడం ప్రారంభిస్తుంది.

ఆ ప్రేమ శక్తి వికసించినప్పుడు దాని మాయాజాలాన్ని అది ప్రదర్శిస్తుంది.

ప్రసిద్ధ కవి జాన్ కీట్స్ కవిత్వానికి చక్కని నిర్వచనం ఇచ్చారు, మనం, దానిని జీవితానికి నిర్వచనంగా కూడా తీసుకోవచ్చు:

"కవిత్వం దాని ఏకత్వం ద్వారా కాక చక్కటి అతిశయోక్తితో ఆశ్చర్య చకితుల్ని చేస్తుందని నేను భావిస్తున్నాను; పాఠకుడిని అత్యున్నత ఆలోచనలతో, ఒక భావవీచికలా ఆకట్టుకోవాలి.

"కవిత్వం తాలుకు సౌందర్యచ్ఛాయలు ఎప్పుడూ అరకొరగా ఉండకూడదు, అలా ఉంటే పాఠకు ఉక్కిరి బిక్కిరి అవుతాడు గందరగోళంలో పడతాడు, అసంతృప్తిగా ఉంటాడు, సూర్యోదయం, సూర్యగమనం, అస్తమయాలలాగ అన్ని సహజంగా అనిపించాలి. పాఠకున్ని కమ్మేయాలి, అందులో నెమ్మదిగా మునిగిపోవాలి, ఓ అద్భుతంగా భాసిల్లాలి.

పదిహేను సంవత్సరాల క్రితం, ప్రయాణికుడు తాగి మరో స్నేహితుడు దగ్గరకి వెళ్ళాడు, అతను రియో డి జనీరోలో తన భార్య, స్నేహితుడితో ఉన్నాడు.

వారు చాలా సాహసాల గురించి మాట్లాడుకున్నారు. 1960, 70లో తను చేసిన సాహసాల గురించి చెప్పాడు.

యాత్రికుడు అడిగాడు, "మీరు ఇప్పుడు ఏమి చేస్తున్నారు?"

"నేను ఒక పూజారిని", అతను అన్నాడు.

వారు రెస్టారెంట్ నుండి బయలుదేరినప్పుడు, యాత్రికుడు కాలిబాటపై నిద్రిస్తున్న పిల్లవాడిని చూపించాడు.

"యేసుకు ప్రపంచం పట్ల ఎంత శ్రద్ధ ఉందో చూడండి?" ఎంతో వ్యంగ్యంగా అన్నాడు

"అతను ఆ పిల్లవాడిని సరైన చోటే ఉంచాడు," అన్నాడు పూజారి.

అక్కడయితేనే మీరు ఆ పిల్లవాడిని చూసి నిజంగా ఏదైనా సహాయం చేస్తారని తెలుసుకోండి.

ప్రపంచ రాజ్యాంగాన్నిసాధ్యమైనంత చిన్నదిగా రాయడానికి యూదు పండితుల బృందం ప్రయత్నించారు. ఒక మనిషి ఒక కాలు మీద సమతుల్యత సాధించడానికి పట్టే సమయంలో ఎవరైనా మానవ ప్రవర్తనను నియంత్రించే చట్టాలను సంగ్రహించగల సామర్థ్యాన్ని నిరూపించినట్లయితే అతను అన్ని కాలాలలోనూ గొప్ప జ్ఞానిగా పరిగణించబడతాడు.

"దేవుడు చట్టాన్ని ఉల్లంఘించేవారిని శిక్షిస్తాడు" అని ఒకరు అన్నారు.

ఇతరులు ఇది చట్టం కాదని, మరింత ముప్పు అని వాదించారు, చట్టం తిరస్కరించబడింది.

ఈ సమయంలో, రబ్బీ హిల్లెల్ వారితో చేరి, ఒంటి కాలిపై నిలబడి ఇలా అన్నాడు:

"ఇతరులు మీకు ఏ పని చేస్తే మీరు అసహ్యించుకుంటున్నారో ఆ పనిని వారికి మీరు చేయకండి. ఇది తోరా ధర్మశాస్త్రం యొక్క మొత్తం సారాంశం; మిగిలినదంతా కేవలం వ్యాఖ్యానం."

ఆ తరువాత రబ్బీ హిల్లెల్ గొప్ప వ్యక్తిగా పరిగణించబడ్డాడు.

తన స్నేహితుడు శిల్పి జాకబ్ ఎప్స్టీన్ ఇంట్లో ఒక పెద్ద రాతి దిమ్మెను చూసి, నాటక రచయిత జార్జ్ బెర్నార్డ్ షా ఇలా అడిగాడు:

"ఆ గ్రానైట్‌తో మీరు ఏమి చేయబోతున్నారు?"

"నాకు ఇంకా తెలియదు. నేను ఇంకా ప్రణాళికలు వేస్తూనే ఉన్నాను."

"అంటే మీరు మీ పనిని ప్లాన్ చేసుకుంటున్నారా? ఎందుకు,

నేను రోజుకు చాలాసార్లు నా మనసు మార్చుకుంటాను!" అన్నారు షా.

"అదంతా నాలుగు-ఔన్సుల చేతివ్రాతప్రతుల విషయంలో బాగుంటుంది కానీ నాలుగు టన్నుల నల్లరాతితో కాదు." అని శిల్పి బదులిచ్చాడు.

గురువుగారు ఇలా అన్నారు

మన పనిని ఎలా మెరుగుపరచుకోవచ్చో మనందరికీ తెలుసు. అసలు పనిని నిర్వర్తించాల్సిన వ్యక్తి మాత్రమే దానిలోని కష్టాలను అర్థం చేసుకుంటాడు.

పాలో కొయిలో

మఠాధిపతి జోవో పెక్వెనో ఇలా అనుకున్నాడు: "దేవుని మహిమ గురించి ఆలోచించడం తప్ప ఏమీ చేయని దేవదూతల వలె నేను ఉండాలి." ఆ రాత్రి, అతను స్కెటిస్ ఆశ్రమాన్ని వదిలి ఎడారిలోకి వెళ్ళాడు.

ఒక వారం తరువాత, అతను తిరిగి వచ్చాడు. ద్వారం వద్ద ఉన్న సన్యాసి తలుపు తట్టిన శబ్దం విని ఎవరు అని అడిగాడు.

"మఠాధిపతి జోవోని, నాకు ఆకలిగా ఉంది." అన్నారు.

"అది అసాధ్యం," అన్నాడు సన్యాసి. "మఠాధిపతి జోవోఎడారిలో ఉన్నారు.

దేవదూతగా రూపాంతరం చెందాడు. ఇకపై అతనికి ఆకలి వేయదు.

తనను తాను పోషించుకోవడానికి పని చేయవలసిన అవసరం లేదు. అన్నాడు సన్యాసి.

"నా అహంకారాన్ని క్షమించు," మఠాధిపతి జోవో అన్నాడు.

"దేవదూతలు మనుష్యులకు సహాయం చేస్తారు అది వారి పని, అందుకే వారు ఆలోచిస్తారు. దేవుని మహిమ గురించి ఆలోచించడంతో బాటు నా రోజువారీ పనిలో నేను దేవుని మహిమను కూడా ధ్యానించగలను." అన్నాడు.

సన్యాసి ఈ వినయపూర్వకమైన మాటలు విన్నప్పుడు, అతనికి తలుపు తెరిచాడు.

మనిషి కనిపెట్టిన అన్ని శక్తివంతమైన విధ్వంస ఆయుధాలలో, అత్యంత భయంకరమైనది, అత్యంత పిరికితనం గలది 'పదం'. కత్తులు, మారణాయుధాలు రక్తపాతాన్ని సృష్టిస్తాయి. బాంబులు భవనాలు, వీధులను నాశనం చేస్తాయి. విషాలని కూడా గుర్తించవచ్చు.

గురువుగారు ఇలా అన్నారు

పదం ఎటువంటి జాడను తెలీకుండ నాశనం చేయగలదు. పిల్లలు వారి తల్లిదండ్రులచే సంవత్సరాల తరబడి నియంత్రించబడతారు, పురుషులు కనికరం లేకుండా విమర్శించబడతారు. స్త్రీలు వారి భర్తల వ్యాఖ్యలతో క్రమపద్ధతిలో ఊచకోతకు గురవుతారు.

విశ్వాసులు దేవుని స్వరాన్ని అర్థం చేసుకోగలరని విశ్వసించే వారు మతానికి దూరంగా ఉంచబడ్డారు.

ఈ ఆయుధాన్ని మీరే ఉపయోగిస్తున్నారా? ఈ ఆయుధం మీకు వ్యతిరేకంగా ప్రయోగించబడుతోందా? అలా అయితే, వాటిలో ఏ ఒక్కదాన్ని అనుమతించకండి.

పాలో కొయిలో

కరెన్ విలియమ్స్ చాలా విచిత్రమైన పరిస్థితిని వివరించడానికి ప్రయత్నిస్తున్నారు:

"జీవితం పరిపూర్ణంగా ఉందని ఊహించుకుందాం. మీరు పరిపూర్ణమైన వ్యక్తులతో, మీరు కోరుకునే ప్రతిదానితో, ప్రతి ఒక్కరు ప్రతిదీ సంపూర్ణంగా, సరైన సమయంలో చేస్తున్న ప్రపంచంలో జీవిస్తున్నారు. ఈ ప్రపంచంలో, మీరు కోరుకునే ప్రతిదీ మీకు ఉంది, అది మీరు కలలుగన్నట్లుగా ఉండవచ్చు. మీకు నచ్చినంత కాలం మీరు జీవించవచ్చు.

"వంద లేదా రెండు వందల సంవత్సరాల తర్వాత, మీరు కొన్ని అద్భుతమైన దృశ్యాల ముందు నిర్మలమైన శుభ్రమైన బెంచ్‌పై కూర్చున్నారని ఊహించుకోండి. మీరు ఇలా అనుకుంటారు: 'ఎంత బోరింగ్ గా ఉంది! ఉత్సాహం ఎక్కడ ఉంది?'

"ఈ సమయంలో, మీరు మీ ముందు ఎరుపు రంగు బటన్‌ను గమనించారు, దానిపై ఇలా వ్రాయబడింది: ఆశ్చర్యం! అయితే! ఈ పదానికి అర్థం ఏమిటో జాగ్రత్తగా ఆలోచించిన తర్వాత మీరు బటన్ నొక్కారా? తప్పకుండా, మీరు ఒక చీకటి సొరంగంలోకి ప్రవేశించి, ఆ తరువాత మీరు ప్రస్తుతం నివసిస్తున్న ప్రపంచంలోకి తిరిగి ప్రవేశిస్తారు.

ఎడారి పురాణం ఒక ఎండమావి నుండి మరొక ఎండమావికి వెళ్లే ప్రక్రియలో ఉన్న వ్యక్తి కథను చెబుతుంది. అతని ఒంటెపై రగ్గులు, వంటగది పాత్రలు, బట్టలతో నిండిన ట్రంకులను వేసాడు. అంత బరువు మీద వేసినా ఒంటె స్థిరంగా నిలబడింది. అతను బయలుదేరుతున్నప్పుడు, తన తండ్రి తనకు ఒకప్పుడు ఇచ్చిన అందమైన నీలిరంగు ఈకను గుర్తు చేసుకున్నాడు. అతను వెనక్కి వెళ్లాలని నిర్ణయించుకున్నాడు. దానిని ఒంటె బరువుకి అదనంగా చేర్చాడు. ఒంటె వెంటనే ఆ బరువుకి కుప్పకూలి చనిపోయింది.

ఆ మనిషి ఇలా అనుకుని ఉంటాడు: "నా ఒంటెకు ఈక బరువు చాలా ఎక్కువయింది."

కొన్నిసార్లు మనం మన దగ్గరివారి గురించి కూడా అలాగే అనుకుంటాం, మనం హాస్యానికి చేసిన వ్యాఖ్య ఒంటె వెన్ను విరిచే గడ్డిపోచ అని అర్థం చేసుకోవడంలో విఫలమవుతాము.

పాలో కొయిలో

"కొన్నిసార్లు ప్రజలు సినిమాల్లో చూసే వాటికి అలవాటు పడతారు, అసలు కథను మరచిపోతారు," మియామి ఓడరేవు వైపు చూస్తున్న ప్రయాణికుడితో ఎవరో చెప్పారు, "నీకు టెన్ కమాండ్మెంట్స్ గుర్తుందా?"

"తప్పకుండా, ఒకానొక సమయంలో, మోసెస్ పాత్రపోషించిన చార్ల్టన్ హేస్టన్, అతని కర్రను పైకి లేపి, నీళ్లను విభజించాడు. హీబ్రూ ప్రజలు ఎర్ర సముద్రం దాటారు.

కానీ బైబిల్లో ఇది భిన్నంగా చెప్పబడింది."

ఇశ్రాయేలు ప్రజలను ముందుకు వెళ్ళమని చెప్పమని మోసెస్‌ని దేవుడు ఆజ్ఞాపించాడు అని వేరే వ్యక్తి చెప్పాడు. వారు కదలడం ప్రారంభించిన తర్వాత మాత్రమే మోసెస్ తన కర్రను పైకి లేపి ఎర్ర సముద్రాన్ని విభజిస్తాడు, ఎందుకంటే ఒక మార్గాన్ని అనుసరించే ధైర్యం కలిగి ఉండటం ద్వారా మాత్రమే మార్గం తనంత తానుగా ఏర్పడుతుంది.

ఈ పదాలను సెలిస్ట్ పాబ్లో కాసల్స్ రాశారు: "ప్రతి రోజు నేను పునర్జన్మను పొందుతాను. ప్రతి రోజును నేను మళ్లీ ప్రారంభించాలి. గత ఎనభై సంవత్సరాలుగా నేను ప్రతి రోజును అదే విధంగా ప్రారంభిస్తూ వస్తున్నాను. ఇది యాంత్రిక దినచర్య కాదు. నా దైనందిన జీవితంలో ముఖ్యమైనది.

నేను పియానో దగ్గరికి వెళ్తాను, నేను బాచ్ అందించిన రెండు పల్లవులు, షడ్జమాలు వాయించేలా అభ్యాసం చేస్తాను. ఇది నా ఇంటికి ఒక రకమైన వరం. కానీ ఇది మానవ జాతిలో భాగమైన అద్భుతంతో జీవిత రహస్యాన్ని తిరిగి స్థాపించడానికి ఒక మార్గం. నేను దీన్ని ఎనభై సంవత్సరాలుగా చేస్తున్నాను, నేను వాయించే సంగీతం ఎప్పుడూ ఒకేలా లేదు; ఇది ఎల్లప్పుడూ నాకు కొత్త, అద్భుతమైన, నమ్మశక్యం కానిది బోధిస్తుంది.

పాలో కొయిలో

గురువుగారు ఇలా అన్నారు

ఒకవైపు, భగవంతుడిని వెతకడం ముఖ్యం అని మనకు తెలుసు. మరోవైపు, జీవితం మనలను ఆయన నుండి దూరం చేస్తుంది; మనం ఆయన నిర్లక్ష్యం చేస్తున్నాడనుకుంటాం, లేదా మనం మన దైనందిన జీవితంలో చాలా బిజీగా ఉన్నాము. ఇది మనకి అపరాధ భావాన్ని కలిగిస్తుంది: మనం భగవంతుని కొరకు మన జీవితంలో చాలా వరకు వదులుకుంటున్నామని లేదా మన జీవితం కోసం దేవుణ్ణి ఎక్కువగా వదులుకుంటున్నామని మనం అనుకుంటాము.

ఈ స్పష్టమైన ద్వంద్వ ఆలోచన ఒక కల్పన. దేవుడు జీవితంలో ఉన్నాడు, జీవితం దేవునిలో ఉంది. విధిని గురించి మరింత బాగా అర్థం చేసుకోవడానికి మాత్రమే మనం దీని గురించి తెలుసుకోవాలి. మన దైనందిన జీవితంలోని పవిత్రమైన సామరస్యంతో మనం సన్నిహితంగా ఉన్నంత కాలం, మనము ఎల్లప్పుడూ సరైన మార్గంలో ఉండి మన పనిని నెరవేర్చుకోగలుగుతాము.

పాబ్లో పికాసో ఇలా అన్నాడు: "దేవుడు ఒక కళాకారుడు. ఆయన జిరాఫీ, ఏనుగు, చీమను కనిపెట్టాడు. అతను ఎప్పుడూ ఒక శైలిని అనుసరించడానికి ప్రయత్నించలేదు; అతను కేవలం తనకు ఏది చేయాలనిపిస్తే అది చేస్తున్నాడు."

గురువుగారు ఇలా అన్నారు

మనం ఒక దారిలో బయలుదేరినప్పుడు, మనం భయంతో నిండి ఉంటాము; మనం ప్రతిదీ ఖచ్చితంగా చేయడానికి కట్టుబడి ఉన్నామని మనం భావిస్తాము. మనలో ప్రతి ఒక్కరికి మనదంటూ ప్రత్యేకమైన జీవితం ఉంది కాబట్టి, పరిపూర్ణత అనే ఆలోచన ఎక్కడ నుండి వచ్చింది? దేవుడు జిరాఫీ, ఏనుగు, చీమలను సృష్టించాడు, కాబట్టి ఒక నిర్దిష్ట నమూనాను ఎందుకు అనుసరించాలి?

ఇతరులు తమ వాస్తవాలను ఎలా నిర్వచిస్తారో చూపించడానికి మాత్రమే ఈ నమూనా ఉపయోగపడుతుంది. మనము తరచుగా ఆ ఇతర నమూనాలను మెచ్చుకుంటాము. ఇతరులు చేసే అదే తప్పులను మనం చేయకుండా ఉండలేము.

కానీ జీవించే విషయంలో మనం మాత్రమే అలా చేస్తాం.

చాలా మంది భక్తులైన యూదులు ఒక ప్రార్థనా మందిరంలో ప్రార్థిస్తున్నప్పుడు వారు ఒక పిల్లవాడి స్వరం ఇలా చెప్పడం వినడం ప్రారంభించారు: "ఎ, బి సి డి, ..."

వారు పవిత్ర శ్లోకాలపై దృష్టి పెట్టడానికి ప్రయత్నించారు, కానీ స్వరం పునరావృతం అవుతూనే ఉంది:

చివరికి వారు ప్రార్థన చేయడం మానేశారు. వారు వెనుకకు తిరిగి చూసినప్పుడు ఒక బాలుడు "ఎ, బి, సి, డి, ..." అని పునరావృతం చేయడం చూశారు.

రబ్బీ అతని దగ్గరకు వెళ్లి "ఎందుకు అలా చేస్తున్నావు?" అని అడిగాడు:

"ఎందుకంటే నాకు పవిత్ర శ్లోకాలు తెలియవు," అన్నాడు బాలుడు.

"నేను వర్ణమాలను పఠిస్తే దేవుడు అక్షరాలను తీసుకొని సరైన పదాలు తయారు చేస్తాడని భావిస్తున్నాను."

"ఆ పాఠం నేర్పినందుకు ధన్యవాదాలు, నువ్వు దేవుడికి వర్ణమాల అక్షరాలను ఇచ్చిన విధంగానే, నన్ను నేను జీవించినంతకాలం దేవుడుకి మాత్రమే అంకితమౌతానని ఆశిస్తున్నాను" అని రబ్బీ చెప్పాడు.

గురువుగారు ఇలా అన్నారు

మనందరిలో ఉన్న భగవంతుని ఆత్మను సినిమా తెరగా వర్ణించవచ్చు. దానిపై వివిధ పరిస్థితులు కనిపిస్తాయి, ప్రజలు ప్రేమలో పడతారు, విడిపోతారు, సంపదలు వెలికి తీస్తారు, సుదూర దేశాలు వీక్షించబడతాయి. ఏ సినిమా ప్రదర్శించబడుతుందనే పట్టింపు లేదు. కన్నీళ్లు కారినా, రక్తం కారినా పర్వాలేదు, ఎందుకంటే తెరలోని తెల్లదనాన్ని ఏదీ మాసిపోయేలా చేయలేదు.

ఆ సినిమా తెరలాగే, జీవితంలోని వేదనలు, పారవశ్యం వెనుక దేవుడు ఉన్నాడు. సినిమా అయిపోగానే మనం అందరం ఆయనను చూస్తాం.

ఒక విలుకాడు కఠినమైన బోధనలకు ప్రసిద్ధి చెందిన ఒక హిందూ మఠం చుట్టూ తిరుగుతున్నప్పుడు, అతను తోటలో సన్యాసులు తాగడం, సరదాగా గడపడం చూశాడు.

"ఎంత మోసం," అని విలుకాడు బిగ్గరగా అన్నాడు. "దేవుని మార్గాన్ని వెతుకుతున్న వారు క్రమశిక్షణ ఎంత ముఖ్యమో ఎప్పుడూ చెబుతూనే ఉంటారు, అయితే ఏకాంతంగా ఉన్నప్పుడు వారు తాగుతారు!"

"నువ్వు ఒకదాని తర్వాత ఒకటిగా వంద బాణాలు వేస్తే, నీ విల్లు ఏమవుతుంది?" అని సన్యాసులలో పెద్దవాడు అడిగాడు.

"నా విల్లు విరిగిపోతుంది," అన్నాడు విలుకాడు.

ఎవరైనా తన పరిమితులను దాటి వెళితే అది అతని సంకల్పాన్ని విచ్ఛిన్నం చేస్తుంది అని సన్యాసి అన్నారు.

"మీరు పని, విశ్రాంతి మధ్య సమతుల్యతను కనుగొనలేకపోతే, మీరు మీ ఉత్సాహాన్ని మీ మార్గాన్ని కోల్పోతారు."

ఒక రాజు శాంతి ఒప్పందం మీద సంతకం చేయించుకుని రమ్మని ఒక దూతను సుదూర దేశానికి పంపాడు. సంతకం చేయవలసిన ఆ దేశంతో ముఖ్యమైన వ్యాపార లావాదేవీలు కలిగి ఉన్న కొంతమంది స్నేహితులకు తన ప్రయాణానికి గల కారణాన్ని దూత తెలియచేశాడు. శాంతి ఒప్పందం కారణంగా, వారు కొత్త ఆదేశాలను పంపడానికి తమ వ్యాపార వ్యూహాన్ని మార్చుకోవడానికి గాను వారు కొన్ని రోజులు తమతో ఉండమని దూతను కోరారు, చివరకు దూత బయలుదేరినప్పుడు, శాంతి ఒప్పందానికి అప్పటికే చాలా ఆలస్యం అయింది. యుద్ధం మొదలైంది, రాజు యొక్క అన్ని ప్రణాళికలు, అలాగే దూత ఆలస్యానికి కారణమైన వ్యాపారవేత్తల ప్రణాళికలు నాశనం అయ్యాయి.

గురువుగారు ఇలా అన్నారు

జీవితంలో మనం చేయాల్సింది ఒకే ఒక ముఖ్యమైన పని ఉంది. మనకు ఇవ్వబడిన లక్ష్యాన్ని నెరవేర్చడాన్ని వ్యక్తిగత విషయంగా భావించి జీవించడం.

చివరికి మనకలలు నాశనం చేసే అర్థరహిత పనుల వల్ల మనకి మనం ఎల్లప్పుడు భారంగా మారుతాము.

యాత్రికుడు సిడ్నీలో ఉన్నాడు, నగరం యొక్క రెండు ప్రాంతాలను కలిపే వంతెన వైపు చూస్తున్నాడు, ఒక ఆస్ట్రేలియన్ వ్యక్తి వచ్చి తన కోసం వార్తాపత్రికలో ఒక ప్రకటనను చదవమని అడుగుతూ "ఇవి చాలా చిన్న అక్షరాలు, నేను చదవలేను నేను కళ్ళజోడు ఇంట్లో మర్చిపోయాను." అని అతను చెప్పాడు, యాత్రికుడు కూడా తన కళ్లద్దాలు ఇంటిలోనే పెట్టి ప్రయాణాలు చేస్తున్నాడు.

ఆ వ్యక్తికి అతను క్షమాపణలు చెప్పాడు, కొద్దిసేపు విరామం తర్వాత ఇలా అన్నాడు:

"ఇక, ఆ ప్రకటన గురించి మర్చిపోతే మంచిది."

సంభాషణను కొనసాగించదలుచుకుని, మనం మాత్రమే కాదు, దేవుడు కూడా బలహీనమైన దృష్టిలో బాధపడుతున్నాడన్నమాట, దేవుడు వృద్ధుడైనందుకు కాదు, ఆవిధంగా ఎన్నిక చేసుకున్నందుకు అన్నాడు.

తనకు సన్నిహితంగా ఉన్న ఎవరైనా ఏదైనా తప్పు చేసినప్పుడు, అతను అకస్మాత్తుగా చూడలేడని, అన్యాయం చేయకూడదని భావించి, వారిని క్షమించేస్తుంటాడు." అని యాత్రికుడు అన్నాడు.

ప్రజలు చేసే మంచి పనుల గురించి ఏమిటీ?

"దేవుడు, వాస్తవానికి తన కళ్ళజోడు ఇంట్లో ఎప్పుడూ వదిలిపెట్టడు," అని ఆస్ట్రేలియన్ నవ్వుతూ వెళ్ళిపోయాడు.

"ప్రార్థన కంటే ముఖ్యమైనది ఏదైనా ఉందా?" ఒక శిష్యుడు తన గురువును అడిగాడు. గురువు తన శిష్యుడిని సమీపంలోని చెట్టు దగ్గరకు తీసుకు వెళ్లి ఒక కొమ్మను నరికి వేయమని చెప్పాడు. శిష్యుడు ఎంతో విధేయతతో గురువుగారు చెప్పిన పని చేశాడు.

"చెట్టు ఇంకా బతికే ఉందా?" గురువుగారు అడిగాడు.

"ఇంతకుముందు ఎలా ఉన్నదో అలాగే ఉంది" అన్నాడు శిష్యుడు.

"మళ్లీ అక్కడికి వెళ్లి వేర్లు నరికివేయి" అన్నాడు గురువు.

"నేను అలా చేస్తే చెట్టు చచ్చిపోతుంది," అన్నాడు. శిష్యుడు.

"ప్రార్థనలు చెట్టు కొమ్మలలాంటివి, దీని మూలాలను విశ్వాసం అంటారు," "ప్రార్థన లేకుండా విశ్వాసం ఉంటుంది, కానీ విశ్వాసం లేకుండా ప్రార్థన ఉండదు." అన్నారు గురువు.

పాలో కొయిలో

ఆవిలాలోని సెయింట్ తెరెసా ఇలా వ్రాశారు:

"గుర్తుంచుకోండి, ప్రభువు మనందరినీ ఆహ్వానిస్తున్నాడు; ఆయనే సత్యం కాబట్టి, మనం ఆయనను అనుమానించలేము. దాహంతో ఉన్నవారు నా దగ్గరకు రండి, నేను మీకు తాగడానికి పానీయం ఇస్తాను అని చెప్పాడు. అతని ఆహ్వానం సాధారణమైనది కానట్లయితే, అతను ఇలా చెప్పి ఉండవచ్చు: 'మీరందరూ రండి, ఎందుకంటే మీరు రావడం వల్ల మీరు ఏమీ కోల్పోరు; నేను దానికి తగినవారని భావించేవారికి పానీయంయిస్తాను.' అయితే ఈ షరతు విధించకుండా మనమందరం వస్తామని ఆయన చెప్పినట్లు, మార్గాన్ని కొనసాగించలేకపోతే ఈ జీవజలాన్ని పొందడంలో ఎవరూ విఫలం కారని నేను ఖచ్చితంగా అనుకుంటున్నాను.

జెన్ సన్యాసులు ధ్యానం చేస్తున్నప్పుడు, వారు ఒక రాతి ముందు కూర్చుంటారు:

"ఇప్పుడు నేను ఈ రాయి కొద్దిగా పెరిగే వరకు వేచి ఉంటాను," అని వారు అనుకుంటారు.

గురువుగారు ఇలా అన్నారు

మన చుట్టూ ఉన్న ప్రతిదీ నిరంతరం మారుతూ ఉంటుంది. ప్రతి రోజు, సూర్యుడు కొత్త ప్రపంచాన్ని వెలిగిస్తాడు. మనము నిత్యకృత్యంగా పేర్కొంటున్నది కొత్త ఆలోచనలు, అవకాశాలతో నిండి ఉంటుంది, కానీ ప్రతి రోజు మునుపటి కంటే భిన్నంగా ఉంటుందని మనము గమనించలేము.

ఈరోజు ఎక్కడో ఒక నిధి మీ కోసం ఎదురుచూస్తోంది. ఇది చిన్న చిరునవ్వు కావచ్చు; ఇది ఒక పెద్ద విజయం కావచ్చు–అందులో ఏ పట్టింపు లేదు. జీవితం చిన్న, పెద్ద అద్భుతాలతో రూపొందించబడింది. ఏదీ బోరింగ్ కాదు, ఎందుకంటే ప్రతిదీ నిరంతరం మారుతూ ఉంటుంది. ప్రపంచంలో ఎటువంటి అలసత్వం లేదు, మనం ప్రపంచాన్ని చూసే విధానంలో మాత్రమే ఉంది. టి.ఎస్. ఇలియట్ ఇలా వ్రాశాడు: "మనము అన్వేషణ నుండి విరమించుకోము, మన అన్వేషణ అంతా మనం ప్రారంభించిన చోటికి, మొదటి సారి తెలుసుకోవడం వద్దకు చేరుకుంటుంది."

అనువాదకుని గురించి

అకెళ్ళ శివప్రసాద్, రెండు వందలకి పైగా చిన్న కథలు, ఐదు నవలలు ముప్పై నాటికలు వెయ్యికి పైగా టీవీ ఎపిసోడ్స్ రాశారు. ఇరవై కథలకి, రెండు నవలలకి, పలు పరిషత్తులలో నాటికలకి బహుమతులతోపాటు, రెండుసార్లు నంది అవార్డు, ఆకాశవాణిలో చేసిన రచనలకి ఐదుసార్లు జాతీయస్థాయిలో బహుమతులు వచ్చాయి. వీటితోపాటు ఆ నలుగురు, ఆశల పల్లెకి, కరెంట్, హోరాహోరీ, రంగమార్తాండ, కన్నప్ప వంటి చలనచిత్రాలకు రచయితగా పనిచేశారు. 1880–2020, 140 సంవత్సరాల్లో ఎన్నిక చేసిన 100 నాటకాలలో వీరి నాటకం నరవాహనం ప్రచురితమైంది.

కిటికీలోంచి వాన, మౌనభాష్యం కథల సంపుటాలతోపాటు, బాలసాహిత్యం, అనువాద సాహిత్యం కలిపి యిప్పటివరకు పలు పుస్తకాలు ప్రచురించబడ్డాయి.

akellasivaprasad@gmail.com